KOVU LA ALMASI

Kovu la Almasi

Hii ni kazi ya kubuni. Majina, wahusika, mahali na matukio ni zao la mawazo ya waandishi au yametumika kibunifu. Mfanano wowote na matukio halisi, maeneo, au watu — walio hai au waliokwisha — ni wa bahati mbaya tu.

Toleo la Kwanza

ISBN 978-9914-27-734-0

Usanifu wa jalada na mpangilio wa ndani: Studio ya Waandishi.

Imechapishwa nchini Kenya.

TABARUKU

Francis Asiago

Josephine Musiori

Ali Mangale

SURA

1

UPEPO WA KUSI ulikuwa unavuma kwa kasi na kusababisha miinuko mikubwa ya mawimbi. Takataka na chengelele zilisukumwa taratibu hadi ufukweni. Kwa mbali, kaa walionekana kwenye upwa wakiviziavizia na kuingia matunduni mwao iwapo yeyote alipita karibu nao. Jua la alasiri hii lilikuwa kali, miale yake juu ya maji ingeweza kusababisha upofu wa muda kwa aliyetazama magharibi mwa Bahari Hindi. Kwa mbali, upande wa kushoto, kulisimama jabali kubwa lililochongoka kutokana na mapigo ya maji ya bahari ya muda mrefu yaliyofanikiwa kufanya michongo na mashimo mbalimbali ambayo yalikuwa mara nyingi kivutio kwa wanafunzi wa jiografia.

Mapigo ya maji ya muda kwa lile jabali yalisikika kama kombora la atomiki lililopasuka na kisha kuacha nyuma povu zito jeupe lililoonekana kwa mbali kama barafu iliyoelea majini. Licha ya ukongwe wake, bahari na ufuo wake vilizidi kutoa sura mpya ya kuvutia kama binti anayejitayarisha kwenda kukutana na mpenzi wake. Ulikuwa uzuri wa kipekee uliooana na nafsi ya waliotalii eneo hili. Pengine ndoa hii ndiyo iliyosimika mahaba yake kwa nguzo thabiti na watalii hawa wakaishia kurudi nyakati za likizo, si mara moja au mbili, bali mara kwa mara ili kuzima kiu za nafsi zao. Maji ya bahari yaliyokuwa yamekupa, yalitarajiwa kukupwa wakati wowote ule kisha ufuo huu mpana kupunguza mawanda yake.

Licha ya kuwa maji yalikuwa yamekupa, kwa kweli kiwango cha maji kilikuwa kimepungua kwa kiasi kikubwa ikilinganishwa na miaka kama mitatu iliyopita. Hali hii ilisemekana kutokana na mabadiliko ya tabia-nchi na hali ya anga kwa jumla. Hizi zilikuwa habari zilizotawala vichwa vya habari katika televisheni za kimataifa huku kamera za wanahabari zikimulika milima mikuu duniani inayozidi kupunguza viwango vya barafu na kwingine zikiangazia mabogi ya barafu juu ya bahari, yaliyovunjika na kupungua utando wake katika nyanda za pola. Watu wa tabaka na maumbo mbalimbali walionekana kufurahia anga ya siku ile huku wakipiga maji kwa miguu na viganja vyao vya mikono.

Watoto na waliokuwa mbumbumbu wa sakata hii walikuwa wakipiga maji kando kando ya ufuo ule, kulikokuwa na maji ya magotini, huku weledi wao wakiwa ndani, mbali kwa maji ya kina kirefu. Taswira hii ilikuwa dhahiri. Ilinikumbusha siku za utotoni ambapo utundu wangu ulinichongea nikazama mtoni na kunywa maji nilipojifanya mweledi wa kuchapa maji. Wengi kati ya waogeleaji hapa ufuoni walikuwa wapenzi na waliohusiana kwa namna mbalimbali. Wapo walioogelea pamoja na wapenzi wao ilhali wengine walijivinjari kipweke kwa azma zao wenyewe. Baadhi ya waogeleaji walishikilia mipira mieusi iliyojaa pumzi, iliyowasaidia kuelea kama tia angani. Ilikuwa taswira nzuri ya kupendeza kwa yeyote aliyesimama ufukweni akitazama hali ile.

Rangi mbalimbali za mavazi yaliyovaliwa zilileta ruwaza murwa na mwafaka mwema uliowiana nna rangi ya buluu ya bahari. Leo ikiwa siku ya Jumamosi, ufuo ulikosa upekee wake kwa kuwa na idadi chache ya watu waliofika ikilinganishwa na wikendi zingine. Watalii wa asili ya kizungu walikuwa wachache, watu na familia zao, wengi wakiwa bado katika hoteli za kifahari zilizokuwa zimepangana kando ya ufuo huu mnene kwa mfano wa magego meupe kinywani. Watalii wa kizungu walioonekana siku hii walikuwa watano kwa jumla; wanaume wawili na wake zao pamoja na binti ya moja ya jozi mojawapo ambaye kwa kisi la haraka hakuzidi miaka kumi na mitano.

Wageni hawa kama kawaida yao walikuwa ndani ya mavazi yao ya kuogelea; kaptura, tisheti na wengine wakiwa na chupi huku juu wakifunga kanchiri tu. Wapo walioonekana kama pirimbi aliyenyonyolewa magoa shingoni. Hali ya anga ilikuwa tofauti sana siku hii. Jua lilitapanya miale yake kwa wasiwasi mwingi. Pengine mwalimu wangu wa Kiswahili Bi. Mishi angekubaliana kwa kauli kuwa lilitia ubahili kazini. Haikuwa kawaida yake. Wingu jeupe lilipita kila mara na kuziba uchwejua. Macho yangu yalikuwa yamevutiwa na binti huyu wa kizungu aliyevaa zibo jeusi na huku kanchiri ikifunika maziwa yake madogo, mazuri, yalioanza kufutuka na kuunda mduara mdogo wa kupendeza.

Maungo yake yaliwiana vyema na sura na umbo lake zuri vinavyoweza kumfanya mwanamume yeyote kutazama nyuma mara mbili. Mbona macho hayana pazia! Laiti tamaa yangu ingetokea kwa mdomo basi ingemiminika kwa ute unaoweza kujaa debe. Niliyala kwa kutazama kwa kuuona ufa mrefu uliokuwa dhahiri baina yetu. Shughuli za pale ufukweni zilikuwa nyingi. Zaidi ya waliotalii na kuogelea, wapo waliotembea tu ufukweni na kufaidi ule upepo mwanana uliovuma toka baharini. Kando yangu, alisimama bazazi wa madafu na rukwama yake iliyojaa madafu yaliyosubiri wanywaji. Bazazi yule aliyachonga kwa ustadi na kuwauzia waliokuwa na kiu ya maji yake.

Askari-shirika wachache walipitapita wakiwa ndani ya sare zao rasmi za kazi huku wakiwa na rungu zao ndogo zilizotiwa nakshi nyeusi. Macho yangu yalizoea kuona haya kila siku hivyo sikuona chochote cha kunivutia. Ulinzi ulidumishwa sana hususan ufukwe uliokuwa umetengwa kuwa wa kibinafsi, ambao wageni na watalii waliofika hotelini waliruhusiwa kuogelea na kubarizi maeneo yale. Nilikuwa nimeketi chini ya mnazi mrefu uliojipinda umbo la uta wa Mmakonde kuelekea pwani. Juu ya makuti yake kulikuwa na nyuni wawili walioruka na kisha kurudi pale pale walipojenga kiota chao. Ndege hawa weusi jamii ya mbayuwayu, wenye tako jeupe na vifuto vya mikia mirefu walicheza kwa kuufurahia uhuru waliokuwa nao.

Kuishi kileleni mwa mti bila usumbufu, kuwa na uhuru wa kula chochote na kwenda popote vilinifanya kuwaona hao ndege kama waliokuwa na maisha bora kuniliko. Vipi ningekosa kutamani kuyaishi maisha hayo?

Nilikuwa nimeketi pale chini kwa zaidi ya saa mbili sasa. Nilikuwa nimeinuka mara moja tu nikiwa kwa misheni iliyonipeleka pale ufuoni. Kwa sasa bado macho yangu yalipepesa kwa haraka na kurudi palepale yalipokuwa awali. Baada ya muda kusonga, windo langu lilionekana kujongea. Hawakuwa wengine ila wapenzi hawa wawili wa asili ya Kijerumani. Mwanamume alikuwa mrefu wa kimo na mwenye umri mpevu uliozidi wa mpenzi wake. Baada ya kustarehe vya kutosha, wawili hawa walitoka majini na kuelekea alipokuwa kijana mmoja wa kiafrika, mlinzi kati ya walioajiriwa mahali pale si tu kwa kutoa ulinzi bali pia kutunza mali ya wageni waliofika kuogelea. Huyu ndiye aliyewahifadhia begi lao ndogo la mgongoni walilopenda kulibeba popote walipotembea pwani ile.

Ilikuwa kawaida ya watalii kama hawa kununua bidhaa mbalimbali zilizouzwa ufukweni. Leo siku ya tatu bado nikiwaandama wageni hawa. Nilikuwa bado nasoma ratiba yao ya kila siku kwa hivyo ilikuwa rahisi kwangu kutambua sehemu wangeelekea baada ya pale. Baada ya kupokea mzigo wao kutoka kwa mlinzi huyu wa shirika la Red Scorpion, watalii wale waliondoka kuelekea hoteli ya Sunrise Beach iliyokuwa kitarifa kidogo tu kutoka pale. Niliwachia nafasi jicho langu kupiga dira jinsi walivyochapua vidato vya ngazi ile ya saruji kuelekea eneo lililokuwa na madimbwi yenye maji ya kuogelea. Niliporidhika kuwa makadirio yangu yalikuwa vyema niliinuka na kuelekea zangu taratibu huku miguu ikitifua mchanga mweupe wa changarawe.

Bado nilikuwa nawaza mengi kichwani hususan hali ile ya ukabaila ambayo ilielekea kukumba kila mmoja tuliyehusiana moja kwa moja. Pengine shughuli ya leo ingenikwamua kutokana na hali hii? Niliwaza. Kaskazini mwa hoteli ya Sunrise Beach mlikuwa na eneo zuri la kubarizi na kupunga upepo baridi mwanana wa baharini nyakati za thenashara. Huko kulikuwa tulivu isipokuwa kelele za kereng'ende na mbwinyo wa mikoko iliyotulia tuli kwenye tope jeusi lililofanana na samadi ya ng'ombe kwenye maji. Lilikuwa eneo zuri lenye miamba iliyochongoka na kuunda maumbo mbalimbali ambayo wengi waliishia kupata ngano zao kuwa mashetani ya bahari ya bara la Afrika yalifanya kongamano Ijumaa ili kulinda hifadhi ile.

Alama zile na michongo anuai ikiashiria aina ya shetani au nyayo zake. Wageni wengi walipenda kuzuru sehemu ile jioni kutokana na kumbukumbu na historia iliyohusishwa na sehemu hii. Iliaminika kuwa magharibi ulikuwa wakati mwafaka ambapo ungesikia ngoma za kilisimbula zikipigwa kwenye mianya na matundu yale. Waliokuwa na imani hii walizidi kusema kuwa hii ilikuwa kawaida ya vizuu waliotoka majini na wakafanya matambiko yao kila jioni. Wengi waliyaamini haya ingawa wapo waliyoyapuuza na kuyaona kama ngano sawia na zile tu za Abunuasi. Mabadiliko ya nyakati, maendeleo na historia yaligeuza haya. Kwa sasa hili lilikuwa eneo lililokuwa marufuku kwa waliokuwa wakirandaranda tu.

Watalii walioleta amana kwa taifa ndio walioruhusiwa kuzuru, wakaandika na kuwasha vimulimuli vya kamera zao. Mimi na wenzangu watatu; Odili, Fazul na Kombo tulikuwa miongoni mwa 'wafanyikazi' wa hoteli ya Sunrise Beach kutokana na mavazi tuliyovalia. Tulisimama maeneo tofauti si mbali sana na eneo la mikokoni. Anga ilikuwa shwari. Upepo mwanana wa pwani ulikuwa mtulivu na ulioongoa nafsi. Saa ilikuwa imesonga. Ulikuwa wakati muhimu sana kwetu tuliokuwa tumeuandaa kwa zaidi ya juma moja. Tulisimama tukiangalia matukio mbalimbali ya watalii waliopita wakipiga picha ufuoni wengine wakivuta nathari ya nyakati zao za ujana. Kila mmoja kwa wakati wake alilenga kutumia vyema nafasi ile.

Muda mfupi baadaye wageni wetu walionekana wakitembea taratibu kwenye ukingo wa bahari. Maji yakikuwa yameanza kujaa na hivyo haikupendeza kuogelea sana zaidi ya ilivyokuwa matembezi ya ufukweni. Walitembea wakisimama wakilielekea eneo la mikokoni. Wote wawili walivalia kaptura ingawa ya mwanamke yule ilikuwa fupi ya pajani. Tishati zao zilikuwa nyepesi za rangi ya hudhurungi. Mwanamume alikuwa na begi lake mgongoni, begi dogo ambalo hakuliacha nyuma kamwe. Haikuwa mara ya kwanza kuwaona wageni kama hawa. Tuliwafananisha na majimbi ya kijijini. Kwa uzoefu tuliokuwa nao, ilikuwa rahisi kwetu kukisia walichobeba mikobani mwao. Nilibonyeza kirekoda changu kidogo na kumfikia Fazul. Mambo yalikuwa tayari kuanza. Filamu ilihitaji uelekezi.

Nilipiga hatua mbili nyuma na kujibanza chini ya mnazi uliokuwa na chaka dogo. Maandalizi yalikuwa tayari na tulihitaji kutekeleza kulingana na mpango.

'Leo ikiwa siku ya tatu ya shughuli hii, ni sharuti kuukamilisha mchezo.' Hii ilikuwa amri ya kiongozi wetu Fazul. Ujia uliokuwa juu ya mwamba ulikuwa wazi na haukutumiwa sana. Watu wachache walionekana wakienda na kurudi kama msururu wa siafu uliokwisha kusahaulika. Kati ya walioutumia kwa wakati ule alikuwa yule mwuza sanamu na bangili za kimakonde aliyebahatisha mtaji wake wa siku. Kombo alikuwa ameanza kazi yake ya kutalii kwenye upwa na kuwazubaisha baadhi ya wageni waliokuwa rahisi kusikiza. Alionekana kama kiongozi aliyewapa maelezo kuhusiana na historia ya eneo lile, historia ambayo Mbongo yeyote angeisikia angeangua kicheko cha mwaka. Taratibu kundi lake lilianza kupanuka na kuwa kubwa.

Alizidi kuwaonyesha eneo la mbali na pale tulipopakadiria. Ilikuwa nafasi yetu sasa kuona iwapo mambo yangejifunua kwa wema. Kwa mbali magharibi, mwangaza ulianza kudidimia. Mionzi ya magharibi ilijipenyeza kwa shinda huku nafasi ndogo ikitawaliwa na taa zilizoanza kutapanya nuru yake ufuoni. Magharibi iligeuka na uchwejua kuonyesha wekundu wake. Ilikuwa taswira nzuri iliyonikumbusha siku ambazo tulicheza na watoto wa jirani huku tukiigiza yale tuliyoyasoma shuleni. Kwa vile nyumbani kulikuwa karibu na mto basi hatukuwa na haraka ya kuwapeleka mifugo nyumbani hususan wakati walipotulia kila mmoja akila fungu lake la mwisho kwa haraka majani mabichi na laini ya mto.

Nyakati nyingi magharibi ilimpata baba mbali na nyumbani, pengine akiwa kilingeni na wazee rika wenziwe, akiwa shambani kwa upalilizi na ukaguzi wa pamba au hata sokoni mjini. Si kwetu tu bali hata kwa rafiki zangu na ndiposa tukawa wote twacheza bila wasiwasi. Tulidhani kuwa hii ilikuwa wasifu mojawapo wa baba kwamba magharibi haingempasa kuwa nyumbani hadi kulipotanda giza. Pengine huu ungekuwa mwendelezo wa michezo ile ya utotoni. Mambo yaliendelea kuimarika na hata kutuwia vyema kwa makadirio yetu. Mahaba ya wazungu hawa hawili yaliendelea kuvikwa wingu jeupe na hivyo ikawa kama wasitaka madhari ya usumbufu wakafuata ujia uliopita juu ya miamba. Nilimpa ishara Fazul na kupokea ushauri wake. Nilitembea bila wasi wasi kuelekea eneo alilokuwa.

"...kuwa umeme Batul. Sisi wengine tutablock kisha tupatane eneo letu."

Maagizo yalikuwa wazi. Odili ambaye alifika si muda mrefu alisikiliza kwa makini kama mshtakiwa anayepokea hukumu yake kutoka kwa jaji. Dakika chache baadaye kila mmoja alisonga katika eneo tulilojipangia kimbele. Kombo kwa wakati ule alikuwa ameacha uelekezi wake baada ya kidude chake kutoa ishara. Alikuwa akielekea eneo lake mahsusi. Nilikuwa ange. Mpango mzima ulielekezwa kwangu na kupewa jukumu la kuchopoa kutokana na mchapuko wangu wa swara. Macho yangu yalikuwa juu ya kibegi kile kilichopitishwa mgongoni kwa mkono mmoja. Kwa sasa akili yangu ilikuwa ikipiga hisabati ya haraka kabla ya wawili wale kufika eneo lililokuwa mpangoni. Nilihakikisha kuwa kila jambo lilikuwa shwari.

'Chonjo?'

'Tayari. Twende kazi.' Ilikuwa sauti ya Fazul. Nilinyatia kwa haraka na taratibu kama duma aliyekwisha kuhakikisha windo lake na tayari kwa mapambano. Sikufanya ajizi. Baada ya kufika hatua chache, Nilihisi kana kwamba nimejazwa nguvu za kipekee. Nilichupa mgongoni mwa yule mwanamume na kuukamata ukanda wa lile begi kisha kuuvuta kwa nguvu. Ilikuwa purukushani ya kweli. Punde tu baada yake kuunyaka ukanda, mwanamume yule aligutuka na kuukazania. Kumbo alilonirushialiliniangusha chini ghafla kama guduria bovu. Ingawa lilinipepesa, sikusahau azma yangu wala kusahau kuukamata barabara ukanda ule. Nilikuwa kama nzi anayefia kidondani.

Kitambo baada ya vinyota kunitoka kichwani, mwanamume yule alikuwa amelala chini damu ikimtoka pajini naye mkewe akikimbia huku kamsa ikimtoka. Tulinyanyua miguu na kujisalimisha. Machaka ya mikindu na sengube iliyokuwa karibu ilitufichama tulimoingia na kuelekea mafichoni. Tukio tulililoliacha nyuma lilimfanya kila mmoja kuhofu. Kwa wakati ule tulitambua kuwa bado tungesakwa kutokana na visa tulivyozowea kuvitekeleza kwa njia tofauti. Begi lile lilikuwa mikononi mwa Fazul naye alikuwa mbioni akilielekea handaki ambalo lilikuwa karibu na mbuyu uliokuwa mbali na hoteli ya White Rhino.

Hili lilikuwa handaki ambalo lilikuwa maficho yetu na ambalo tuliamini tulikuwa wa kwanza kulivumbua kutokana na kutokuwepo kwa dalili zozote za makazi ya binadamu au viumbe wengine pale.

"Leo umebanwa Batul." Odili alitania. Nilisalia kimya nikijihisi maumivu yaliyokwea kiwiliwili changu na kuulemaza uso wangu mchanga. Bado nilikuwa hoi ila nilifahamu ilikuwa lazima kwangu kujikaza kiume.

"Pole Batul kawaida ya mambo haya. Natumai hatujammaliza yule jamaa kwa kuwa nilimuegemeza gogo zito utosini.' Fazul alikaulisha. Tulimaliza mazungumzo yale kisha tukatawanyika tukimwacha Fazul kwenda na amana ile hadi kesho yake. Kila mmoja alitumia dira yake ya kumfikisha mtaa wake. Mimi nilijikakamua kutembea juu ya mawe yale nikifahamu kuwa yalikuwa ya kuchuma juani.

♦ ♦ ♦

Taarifa ya habari redio ya taifa ilinipata nikipekuapekua kitabu cha Basics in Martial Arts cha mwandishi Duke Lee. Kitabu hiki kilichojaa michoro ya mbinu za kivita nilikipata nyumbani katika maktaba ndogo ya baba yangu. Baba alipenda kukusanya na kuhifadhi vitabu; si kwamba alivisoma. Nakumbuka akituhimiza kuvisoma ila mimi na marehemu dada yangu tulipenda tu kutazama michoro iliyokuwa vitabuni. Mapenzi yetu kwa kitabu yalihusishwa na idadi na aina ya michoro iliyokuwa ndanimwe. Ni baada ya muda mrefu ndipo nilipobaini kuwa kitabu hiki kingweweza kunifaa kwa njia muhimu. Nilitaka kuona njia ya kuongeza ujuzi wangu kwa mitindo hii mipya.

Kazi yetu kama wanaScorpion ilikuwa hatari; hivyo ilitubidi kuwa na uzoefu na ujuzi wa mbinu mbalimbali za kujilinda kutokana na shambulizi lolote. Mimi hususan, nilikuwa sina jinsi ila kujikakamua baada ya tukio la jana ile ambalo lilisababisha paji langu la uso kwa kushoto kufura kisinumba na kuniuma usiku kucha. Nilikuwa bado katika hali ile wakati msomaji wa habari aliporipoti tukio letu la jioni ya siku iliyotangulia japo kwa muhtasari. Hili nililitegemea. Kulingana na taarifa yenyewe, kundi letu la Scorpion lilikuwa moja kati ya makundi hatari yaliyoshukiwa kufanya wizi huo ingawa upelelezi zaidi ulisemekana kufanywa. Nilitoka mle chumbani saa moja asubuhi baada ya kunawa uso na kuvalia kistaarabu.

Nilivalia suruali ya jinzi yenye pleiti nyingi kiunoni na tishati nyepesi nyeupe. Juu kichwani iliketi kofia nyeusi. Nilichukua pia miwani yangu mieusi na kuivaa. Kwa hali ile, nilikuwa kijana mstaarabu tofauti na ulivyonifahamu jana. Nilipita vichochoroni mwa mtaa ule wa Tomasa kuelekea mkahawa wa Bi Mapunda. Manyunyu na rashasha iliyopita asubuhi ile ilipoza kijoto cha usiku na kuacha ishara yake kila palipokuwa na kidimbwi au kusanyo la taka. Maji yalienea ovyo hata yasipopaswa. Huu ulikuwa mchanganyiko wa maji taka na haya ya mvua. Kulikuwa bado kunyamavu tofauti na kawaida yake. Nilitembea taratibu kama anayenyatia nikijaribu kuruka tope zito na maji chafu yaliyozagaa.

Kwa wakati mwingine ilinibidi kujiegemeza kutani mwa vibanda vile vya mbavu za mbwa kusudi nisiteleze au kukanyaga uoevu uliotia kinyaa. Nilizowea hata hivyo. Maisha yale yalihitaji moyo na hayakuwa na budi kuhamahama kama mkimbizi aliyewindwa. Huu ulikuwa mkahawa niliouzoea kwa kupata chakula changu cha kusitiri himaya ya afya. Niliupenda si tu kwa kuwa chakula chake kilikuwa afueni, bali pia haukuingiwa na watu wengi ambao wangeweza kunitambua. Bi Mapunda alikuwa ndani akifanya usafi wa vyombo vilivyotumiwa na wateja wa awali. Alikuwa mwanamke mnene mwenye tambo la kuajabiwa. Urefu wake na maungo ya mwili yalimfaa kuwa mwanabondia wa kike ila kwa nafasi adimu ya maisha umbo hili liliishia kwa mapishi ya mkahawani.

Kwa wakati ule alikuwa amejitandia leso kichwani huku mwilini akivalia rinda maarufu mfano wa dhera.

'Kim!' Alianza kwa kithembe chake.

'Nakuona umefika. Kawaida si?'

'Kabisa. Fasta basi'

Nilipakuliwa bakuli lenye mahamri matatu kwa chai nzuri ya maziwa. Kwa upishi, Bi Mapunda hakuchelea shule. Alikaanga na kuchemsha vya kuchemshwa vyema. Hii ni chai sikwambii wali au matobosha. Baada ya kubugia vyema nilitoka na kuelekea kichochoro kilichoongoza hadi katikati ya mji. Sikuwa na dhamira ya kufika eneo la mjini bali nilitaka kupata habari fulani ya mambo yalivyokuwa na kisha kuelekea hadi kwa kinara wetu ambaye aliishi mtaa wa juu wa mji huu wa Dar. Nilichapuka haraka na kuvuka barabara iliyounganisha uwanja wa kitaifa wa Dar es saalam na ofisi za ubalozi. Nilitaka kuwahi kwa kuwa nilisalia na muda mchache sana kabla ya saa ya maagano yetu kufika. Nilipishana na watu kadha wa kadha mtaani humo ila sikuona shughuli zozote za kunivutia.

Niliendelea kuchapua mwendo huku nikipishana na watu waliokuwa na hamsini zao wakielekea makazini au wengine nyumbani. Kilikuwa si kitambo kirefu baada ya macho yangu kunaswa na magazeti yaliyouzwa nje ya duka moja la nguo. Habari zilikuwa tofauti ila ipo hii iliyonakshiwa na kukolezwa rangi katika gazeti hili la Mzalendo. Ilinibidi kusimama na kulitazama vizuri.

'SCORPION WAVUNA TENA'. Kurasa hii vile vile ilikuwa na picha za watu watili. Sikuhitaji muda kufikiria mara mbili picha hizo zilikuwa za nani. Moja ilikuwa ile ya Fazul na nyingine yangu. Nilishtuka mno. Tangu utotoni niliamini kuwa watu wanaoonekana kwenye magazeti ni watu mashuhuri au wenye mafanikio. Leo nilitangulia kwenye kurasa za mwanzo kwa wasifu tofauti! Nilitoa noti ya shilingi elfu moja na kumkabidhi mwuza gazeti. Nilitaka kulisoma ili kufahamu mwandishi huyu alijua nini kunihusu. Nilihitaji kufahamu picha zetu zilipatikana wapi. Nilipiga hatua chache mbele na kisha kusimama nikiuelekea ukutani ili kusoma aya tatu za mwanzo. Vamizi jingine la kijambazi lilitokea jana jioni katika ufuo wa hoteli ya kitalii ya Sunrise.

Inadaiwa kuwa majambazi hao wapatao wanne waliwavizia watalii ufuoni wakielekea eneo la mikokoni kabla ya kuwapiga na kuwanyang'anya kamera, kompyuta ndogo pamoja na kiasi cha fedha ambacho thamani yake haikufahamika mara moja. Polisi waliokuwa wameshika doria eneo la mikokoni walifika punde ingawa majambazi walifanikiwa kukimbia. Inadaiwa kuwa kundi la Scorpion linaloongozwa na Batul na Fazul Kapinga, walio pichani, lilitekeleza ujambazi huo. Bado askari wanafanya upelelezi ili kuwatia nguvuni. Kwa sasa mke wa mwanamume huyo kwa jina Matthew Schuller yu hali njema ila mumewe amelazwa katika hospitali ya Muhimbili akiwa katika hali mahututi huku akipokea matibabu maalum.

Uchunguzi bado unaendelea kote Dar es Salaam huku usalama ukizidi kuimarishwa maeneo ya ufuoni hasa baada ya vamizi sawia na hilo lililotokea sehemu ya Mitepeni, wiki tatu zilizopita. Baada ya kupata muhtasasi wa yale niliyatarajia kuhusiana na tukio la jana kule ufuoni nililikunja gazeti lile kama jamvi na kulitia kiganjani. Nilichapuka bila kuangalia nyuma kuelekea mtaa wa Ngwiriba. Nilifahamu mambo hayakuwa mepesi wakati huu. Wingu jeusi lilikuwa limetanda na hususan kwa kuwa sura zetu zilikuwa zimeanikwa hadharani. Ilihitaji kuwa makini zaidi. Niliingia chumbani kwa Fazul na gazeti langu kwapani. Odili na Kombo walikuwepo pia. Baada ya salamu niliwaarifu yaliyojiri katika habari.

Kila moja alikuwa na mshawasha wa kutaka kujua lipi la kufanya kwa vile anga zetu zilijitandua wazi.

"Lazima tuwe na mpango nyingine kabla hatujajulikana tulipo" Fazul alitoa mwelekeo baada ya majadiliano ya muda.

"Kwa sasa ni lazima tujifiche na kuwa waangalifu zaidi.. Tuweni makini tupitapo na kuwepo.' Alitulia na kuacha maneno yake yazame bongoni kisha akaendelea.

'Bila shaka sharti tuvae kistaarabu na kuziba nyuso. Hata hivyo 'ntaongea na kamanda wangu mahali kuhusu uwezekano wa kubadili sura zetu tupate za kizee hadi operesheni kubwa iliyo mbele yetu ipite." Misheni? Hili sikulifahamu. Tukio la jana tu lilikuwa kidonda kibichi kilichovuja damu lakini bado Fazul aligusia azimio lingine .

"Misheni gani tena kiongozi?" niliuliza kwa shauku. Kimya kilifuata. Fazul alichukua sigara toka kwa pakiti iliyokuwa mezani, akawasha na kuitia mdomoni. Alivuta mkupuo mmoja mrefu na kuwachilia moshi mwembamba mrefu kupitia ncha za midomo iliyokunjwa kana kwamba alipiga mluzi, kisha nusu ya moshi uliosalia ulielekezwa puani ambapo ulitokea kwenye miunzi ya pua nene.

"Taratibu bwana. Ndio mwanzo mkoko kualika maua. Tulia jasho likukauke ntawe'leza uhondo. Ndio, kuna mpango mwingine hivi karibuni ambao nadhani utakuwa wa mwisho kwa wakati huu. Huu ni mpango kabambe, mkubwa na mgumu kidogo na unahitaji matayarisho mazuri." Kimya kilifuata. Macho yangu yalibaki kutazama wenzangu walivyomakinika kusikia fununu hii. Hali ile ilikuwa sawia na vuguvugu la kiwandani penye kelele ya vyombo na mitambo inayokosesha mtu makini yake.

"'Tuna upungufu wa nguvu kazi kwa mpango huu ulio mbele. Naona mshapiga mshipa!' Alitoa kicheko cha stihizai kisha akaendelea.

'Msitie hofu. Ni misheni rahisi ila nono kuzidi zote ila inahitaji tuwe chap chap kidogo. Hata hivyo, ni vizuri kuleta new team itupige boost kidogo.' Aliendelea na kupachika kuzungu alichokihifadhi darini.

'Tutahitaji utaalamu wa kipekee. Tutawaunga vijana fulani kisha tuanze mazoezi kwa zoezi hili.' Nilitaka kuzungumza ila nikawa kimya tena. Hali ile ndiyo aliyokuwa nayo Kombo kutokana na utulivu aliokosa akabaki kusunasuna kitini. Kiongozi alikuwa ametoa kauli. Tulinywea. Baadaye alivuta begi iliyokuwa juu ya godoro dogo ili kufanya mgao wa posho. Kulikuwepo stakabadhi mbalimbali na pesa kiwango fulani. Baada ya kufanya hesabu ya haraka kila mmoja alichukua sehemu yake na kutia kibindoni. Baada ya kusherehekea siku ile na kuzungumza juu ya misheni mpya iliyokuwa mbele yetu, tuliagana. Nilirudi kwangu kutuliza akili na kufanya hesabu ya siku nyingine.

SURA

2

MURUKU LILIKUWA ENEO lililojulikana kwa wingi wa mifugo. Si ng'ombe pekee, bali pia kondoo na mbuzi walikuwa wengi kiasi cha kushindwa kuhesabika. Mifugo ilikuwa fahari kubwa kwa kijiji hiki kilichokuwa viungani mwa kata ya Bomani. Ilikuwa desturi ya Muruku kuilinda hadhi yake. Licha ya kuhifadhi jamii tofauti, Muruku ilisimamia kwa dhati kudumishwa kwa umoja miongoni mwa wakazi wake. Wazee wa Nyamrundi na Sape waliunda baraza lililosimamia maendeleo ya ufugaji katika kijiji hicho. Mudiri wa kamati hizi alitoa ripoti kila baada ya mwezi mmoja kuandama na nyakati ambazo wazee walifanya kikao cha kuchunguza maendeleo ya eneo lile. Kulipopambazuka, ungeona moshi ukipaa angani kana kwamba ulitangaza kuanza kwa siku mpya.

Hungekosa kusikia kelele na miroromo ya ng'ombe waliofunguliwa saa ya mafungulia ng'ombe. Vijana wa rika waliwaongoza mifugo hadi malishoni. Si mifugo wote walioongozwa kwa pamoja. Ndama na wale wasikuwa wamekomaa walipelekwa katika maeneo ya karibu kupata lishe yao. Kulikuwa na maeneo mahsusi yaliyotengwa kwa ajili ya malisho ya mifugo. Muruku ilipakana na Weteme kwa upande wa kaskazini, Mugumo kwa magharibi, Zewa kwa upande wa mashariki huku Miruji ikiwa upande wa kusini. Muruku iliwekewa mpaka kwa Mugumo na Zewa kupitia mto Muruku uliobubuja maji misimu yote toka vilima vya Parawe vilivyounganisha nyanda ile na mto Tana. Ulikuwa mto uliotumika na vijiji vyote vitatu, nao bila kupendelea uliwahudumia wote kabla ya kutiririka na kuingia ziwani Nyata.

Mto Muruku haukuchoka wala kuisha kutekwa kwa matumizi mbalimbali kama kupika, kufulia, kuoga na pia kwa mifugo walioelekezwa hadi mtoni kuyanywa maji yake. Kingoni mwa mto Muruku kulimea miti mirefu na minene iliyoufaidi mto ule kwa kuyafyonza maji yake pasi kumaliza. Vichaka vilifunika mto huu toka kingo zake zote. Hii pia ilikuwa sitiri kwa wanakijiji waliofika mtoni kuoga nyakati za jioni. Wapo waliofika kufanya michezo ya kuogelea huku wengine, hususan vijana wa makamo wakaoga kwa makundi makundi baada ya kutoka malishoni. Mimi na wenzangu tulikuwa na mazoea ya kuoga saa ya magharibi jua lilipoelekea kutua.

Baada ya kuogelea kwa muda tulisimama kingoni palipokuwa na maji ya kina kifupi, tukasaidiana kusuguana migongo kwa mikongo ya miyaa baada ya kujipaka sabuni mwilini. Ungempa mwenzio akakusugua mgongoni nawe ukafanya vile vile kwake kwa zamu. Baada ya kumaliza tulisugua nyayo zetu kwa mawe meusi yaliyokuwa pale mtoni kisha kujisuuza kwa maji ya Muruku.. Hata hivyo, miongoni mwetu hakukukosa punje ya kujitofautisha. Sanjiri alikuwa mtoto wa mzee Bukuba aliyechukia kuoga daima. Kwake kuoga ilikuwa adhabu kubwa. Tofauti na hali hii, Sanjiri alikuwa mpiga kachombe mashuhuri aliyependa sana kuogelea. Tungemuacha akiogelea tukaoga kisha tukaenda nyumbani pamoja. Sanjiri alikuwa na hulka ya kihuni.

Alikuwa mtundu huku nongo ya mwili wake ikigandama na kuufanya mwili wake kuteleza kama kambare aliyenaswa na kutolewa majini. Tukikiacha na ya Sanjiri, Muruku pia ilikuwa na maajabio yake. Kati ya wazee wake alikuwepo Bwana Mbesa, Mzee kutoka jamii ya Sape. Mbesa hakusifika kwa lingine lolote isipokuwa kwa idadi ya wake na watoto aliokuwa nao. Wakeze wanane na watoto wapatao kumi na watano hayakuwa matokeo ya kazi ya mchezo. Umaarufu wa Mbesa ulikuwa ndani ya familia yake kubwa. Watoto wa wake zake walikuwa kama pacha. Bi mkubwa, Doto, licha ya kuolewa kwa miaka mingi hakujaliwa kupata hata mwana mmoja. Hii ilikuwa sababu ya Mbesa kuoa mke wa pili. Baada ya mwaka kuisha, mke wa pili alionekana na dalili za kujaa.

Mbesa aliajiri mkunga nyumbani kusudi amshughulikie vyema. Hii ikawa nafasi ya kutafuta mke mwingine. Kufumba na kufumbua idadi ya wakeze ilifika nane akasalia kuwapangia ratiba nzuri ya kukidhi maslahi yao. Ingawa watoto ni baraka itokayo kwa

Jaala, Mbesa hakufurahia jinsi alivyopata wengi wa kike. Alifanya juhudi kubwa hadi akapata madume ndipo akatulia. Mke wa nane ndiye aliyemzalia mapacha; madume tupu. Huyu alipendwa zaidi ya wote. Aliitwa Dontila. Mwaka mmoja wa ukame wa watoto ulipita na hapo Mbesa akapenda kuongeza dume jingine. Usiku ambapo Mbesa alimtembelea Dontila ndio uliokuwa usiku wa mwisho kwa mke wake. Raha iligeuka kuwa karaha. Dontila alifariki. Watoto wa Dontila walitunzwa na Doto, Bi mkubwa.

Mbesa alikuwa mzee tajiri wa mifugo na shamba maddal basal hivyo aliweza kuwakimu wakeze na watoto bila wasiwasi. Aliwajengea wake zake nyumba, kila mmoja akaishi kwake naye akabaki kuzuru himaya zake kama mfalme wa visiwa vya Pemba. Mbesa aliheshimika kwa hili. Alitambulika kama mzee aliyekuwa na bidii sana kwa kuweza kuikimu familia yake kubwa. Alikuwa mkulima hodari mwenye idadi kubwa ya mifugo wakiwemo kuku, bata, mbuzi, ng'ombe na kondoo. Kwa wingi wa mali hii, kila mke aliyemzalia mwana wa kiume alipewa mgao fulani wa mifugo ili kuwatunza, nao hawakuchelea. Waliwatunza jinsi Yakobo katika biblia alivyotunza mifugo wa baba yake.

Mbesa alikuwa na shamba kubwa pale Muruku, sehemu kubwa akiinyakua baada ya vuguvugu la uhuru kukamilika nchini na watu kutafutiwa maeneo ya kujipa mtaji. Kutokana na umaarufu wake, haikuwa Muruku tu iliyomtambua bali alikuwa maarufu kwa vijiji vyote vilivyoizunguka. Kwa sababu hii, Mbesa alifanywa mzee wa kijiji, mkuu wa Muruku. Migogoro ya kifamilia haikukosekana katika meza yake. Kesi zilifanywa kila mara palipozuka haja ya kutatua mizozo hii. Kwa wakati mwingi, Jumatano ilimpata Mbesa kwenye kiti chake cha hukumu akisikiza mashtaka kama alivyofanya yule mfalme Samueli. Mbesa alikuwa na jopo lake aliloliteua mahsusi kumsaidia. Jopo hili lilikuwa la wazee walioteuliwa kulingana na idadi ya wake na watoto kila mmoja aliokuwa amejaliwa.

Kwa hivyo, yule aliyekuwa na wengi kuzidi wale wengine, huyo alipewa nyadhfa kubwa kuliko wengine wote. Jopo lake lilijumulisha wazee kumi ambapo aliyekuwa na wake wachache zaidi alikuwa nao watatu huku mwenye wake wengi akiwa na watano. Mzee Ngala alikuwa mmoja kati ya washauri wa jopo hili maalum. Pamoja naye walikuwapo wengine watatu kutoka jamii ya Wasape. Ngala alikuwa na wake watatu na watoto wanne. Heshima yake basi ilipimwa kulingana na idadi hii ya wake na watoto aliokuwa nao. Kwa hili basi, hoja zake nyingi zilipuuzwa au zikapingwa na kuselea mbali kama boliti angani. Nakumbuka kisa kimoja alichonisimulia baba yangu namna Ngala alivyoanzisha zogo baada ya kunyimwa fursa ya kuchangia kwa kuitwa 'mtoto.'

"Mzee Ngala, wewe bado u mtoto kwa hili. Tulia wazee wako watoe mapendekezo ya kutatua suala hili..."

Mzee Rajabu hakumaliza usemi wake kabla ya kuangushwa chini, Ngala akiwa juu yake akimtia magumi na makonde mazito mazito. Kama si kwa juhudi za wazee wengine waliowahi kuwaamua basi badala ya jino moja linalokosekana sasa kungekuwa na pengo la meno kama matatu hivi sehemu ya mbele, taya la juu. Ngala aliteta sana hata baada ya kuonywa akabaki akifoka huku akihema na kusunasuna ovyo. Huu pia ulikuwa mwisho wake wa kuwa mwanajopo na mtatuzi wa shida za Muruku. Zaidi ya umaarufu wake kwa sekta ya ufugaji, Muruku ilikuwa kwenye ramani kwa nyanja ya kilimo ambapo kilimo cha mmea wa pamba kilikuwa maarufu tarafa ya Peketani. Pamba ni mmea wa kipekee na wa aina yake. Ulichukua muda mrefu kabla ya kuvunwa ikilinganishwa na mimea mingine.

Mmea huu ulipandwa msimu wa mvua ya masika nao ukavunwa msimu wa mvua za vuli zilipokaribia. Watu wa tarafa ya Peketani waliuthamini mmea huu na kuutunza ilivyopaswa kwa kuwafaa katika elimu ya watoto wao pamoja na kugharamia mahitaji mengine mengi. Kati ya wakulima shupavu wa mmea wa pamba alikuwa ni baba yangu Matara. Msimu wa mvua kubwa ulipofika, baba angeraukia shamba asubuhi kabla ya jua kuchomoza kwa upalilizi. Kwa wakati mwingi sisi tuliosoma tulizoea kumuona jioni tu saa za kuku kuingia kilembani. Kwa wakati mwingi, Matara alirejea jembe likiwa begani na panga mkononi. Kitambo cha kufika tu, mama yangu Isabela angekuwa tayari kamwekea maji ya kuoga bafuni huku akipasha moto chai ya mkandaa.

Zipo nyakati ambapo ningemlaki kwa bashasha hususan aliporejelea amebeba mkungu wa ndizi za mkono wa tembo zilizoiva. Mama yangu Isabela alikuwa mpishi stadi. Angezipika ndizi vyema kwa kuunda mseto wa ndizi, pojo na maboga. Niliupenda mseto huu sana. Kwa vile shule ilikuwa mbali na hatukuwa na wakati mwingi wa kufika nyumbani kwa chamcha, tulizibeba ndizi hizi katika mikoba yetu ili kutusitiri makali ya njaa. Siku za wikendi ambapo hatukuhitajika kuenda shuleni tulijumuika shambani kutunza mipamba. Wakati mwingi tuliichunga kutokana na uharibifu wa wanyama kama nyani. Msimu wa pamba kukomaa ulisubiriwa sana. Msimu huu uliashiria shibe ya wakulima ambapo makini yao ilielekezwa kwingine.

Ekari nyingi ziligeuka rangi na kuvaa weupe kila mahali na kufanya ruwaza ya kupendezwa unayoweza kuifananisha na paradiso yenye malaika wenye na majoho yao meupe. Tulijitosa ulingeni kila siku, vikapu mgongoni tukichuna pamba iliyopasuka kwa weupe wake. Kwa siku ambazo mwezi ulikuwa mpevu, tulichuna pamba hadi usiku. Siku ya pamba kuchukuliwa kijijini, kila mkulima wa pamba kijijini alitayarisha magunia yake vyema na kuyashona vizuri kwa mkonge. Matara alichukua mchi na kuutumia kusindilia pamba ndani ya gunia usiku kucha. Nakumbuka vizuri siku kama hiyo alilala usiku wa manane. Mara kwa mara tulimsaidia kutia pamba kwa gunia kutoka chumbani tulipokuwa tukiimwaga juu ya mkeka. Asubuhi, saa ya mafungulia ng'ombe hivi, gari lingefika.

Siku hii lori kubwa jeupe lingesikika likikaribia kijijini. Hiki kilikuwa kipindi muhimu kwetu sote. Tungelisubiri gari hili ambalo lingepita kwa ujia mdogo uliopita kando kando ya mto Muruku, kutoka kijiji cha Mugumo. Kwa mara nyingi baba angekuwa ndanimwe hasa kwa vile alizowea kudamka mapema kuelekea ofisi za kilimo tarafani. Magari yalifika kwa muhali sana kijijini. Machache yaliyofika kama si haya ya mazao basi yangekuwa ya wizara au taasisi fulani za serikali zilizofika kwa shughuli anuai. Nilitimua mbio hadi barabara kuu iliyounga ile ya kutoka kwetu kwa ya Mugumo. Nilichupa kwa nyuma na kushika komeo za milango yake. Watoto wengine walipoona vile walishangilia huku wengine wakifuata mkondo huo huo.

Matara aliketi kwenye takia la mbele, dereva pamoja na watu wengine wawili. Nilimuona akimwonyesha dereva njia iliyoelekea nyumbani kwa ishara ya mkono. Juu ya lori, chandarua la chanikiwiti lililkunjwa kisha watu wanne wakaketi juu yake. Sanjiri alikuwa amekanyaga chuma kilichozuia indiketa za nyuma huku kikono kimeshika kwenye komeo za mlango wa nyuma wa gari. Alijisitiri tisti dhidi ya kuyumbishwa kulikotokana na miteremo na miinuko ya mashimo na viduta vilivyokuwa njiani. Tulifurahia na kukonyezeana jicho. Gari liliingia uani, pale nyumbani nasi tukateremka kwa haraka na kujificha. Shughuli ya kupakia pamba iliendelea na baadaye gari likaondoka. Baba aliabiri gari kuelekea ofisini ambapo angepata ujira wake.

Jioni Matara alirudi na kifurushi mkononi. Aliniita na kunikabidhi kifuko kile. Nilikipokea na kumkabidhi mama. Nilifahamu siku hiyo tungebadili chajio. Nilitoka kucheza na ndugu zangu nikiwa na furaha moyoni.

♦ ♦ ♦

Tofauti kuwa mama alikuwa mtanzania, Matara alikuwa wa asili ya Kenya. Alitoka eneo ya Magharibi ya Kenya, ingawa katika simulizi yake alisema kuwa familia yake ilisambaratika baada tu ya kifo cha babu yangu Nyangara. Mpwawe babu alinyakua mali yote likiwemo shamba la familia, akauza na kisha kutapanya mali nyingine. Baada ya kufanya hivi, alifanya ugomvi na bibi yangu na akaishia kumtimua akiwa na watoto wake. Hali tata ilimwia bibi asijue la kufanya. Baada ya kuwaza na kuwazua aliamua kuutunza uhai wake na watoto aliokuwa nao kwa wakati ule. Kwa vile watoto wake wawili walikuwa umri wa kubaleghe, bibi hakuwa na la ziada ila kuondoka nao na kutafuta makazi kwingine.

Hali ilikuwa ngumu kwa bibi hali kwamba vijana wake walihiari kumsaidia katika kutafuta mtaji. Baada ya siku chache, ufa ulianza kujichora baina ya mama na wana. Mwinga, kijana mkubwa, aliamua kujitafutia riziki na kuhamia mji tofauti. Hivi ndivyo mawasiliano baina yao yalivyokatika. Siku chache baadaye habari zilienea kuwa Mwinga alifariki kutokana na ajali ya barabarani. Baada ya jamaa kukosekana, Mwinga alizikwa kwenye makaburi ya umma na habari zake zikasahaulika. Mwanawe wa pili Matara alipata ajira kwenye kiwanda mojawapo kilichosafisha na kuuza mbao katika mji wa Nyamira, Kisii. Kwa siku za mwanzo yeye na vijana wenzake walipiga randa mbao, wakatumwa hapa na pale hadi akawa mzoefu na mchapa kazi stadi.

Kupitia kazi hii, Matara aliweza kupata riziki ya kujikimu yeye na mama yake. Kadri siku zilivyozidi kupereji ndivyo kampuni ile ilivyotandua mawanda yake hadi ikafikia kusafirisha bidhaa zake hadi miji mingine nje ya nchi ukiwemo Mwanza. Matara alipata uhamisho na kibali cha kufanya kazi Tanzania. Miaka haikusonga sana kabla ya serikali ya Kenya kupiga marufuku ukataji wa miti kiholela. Shughuli hii ilithibitiwa na hivyo wengi kukosa mtaji. Matara na wenziwe waliokuwa Mwanza walikuwa miongoni wa wale walioathirika. Miaka mitatu aliyofanya kazi ilimtosha kufahamiana na kujenga muamala mwema na wenyeji. Kati ya mafanikio ambayo Matara aliyapata hadi leo ni kumpata habubu wa moyo wake, Isabela, aliyeishia kuwa mama wa wanawe.

Katika harakati za kurudi Kenya baada ya kupoteza kazi, Matara alichukua uamuzi kuwa angetafuta makao popote pale na kuanza maisha mapya. Mikakati yote ya uhamiaji ilifanywa na familia ya Matara ikahamia Kenya. Kituo cha kwanza kilikuwa katika vilima vya Shimba, pwani ya kusini ya Kenya. Matara alikuwa tayari kutafuta njia yoyote ile ya kupata shamba na kuanza ukulima. Muda si mrefu bado akiwa katika mawazo yale ndipo habari za ugavi wa mashamba huko Peketani, eneo linalopatikana kaskazini mwa pwani ya Kenya. Hii ilikuwa jitihada kuu ya rais za kuwapa makazi wananchi na kujenga uchumi kwa kauli-mbiu yake ya Uchapakazi. Jinsi Matara alivyojipata Peketani na kupata shamba Muruku ni historia ya siku nyingine. Kilikuwa kipindi kigumu.

Eneo lile walilopata likiwa mbali sana na miji iliyokuwa karibu ya kujipatika riziki. Kila mmoja alifanya uamuzi wa kuanza upya. Misiti mikubwa iliyotanda iliangushwa na vichaka kufyekwa. Miaka michache baadaye kilimo kilianza ingawa kwa taabu mno kutokana na wanyama pori waliovamia na kuharibu kila kilichotokea ardhini. Haidhuru, subira ilivuta heri na leo nilikuwa na mahali nilipopaita nyumbani.

S U R A

3

BENKI YA TAIFA ya Biashara, viungani mwa jiji la Dar es Salaam. Si mbali sana, mkabala na benki hii, ni jengo la halmashauri ya viwanda; jengo refu takribani orofa ishirini na kenda. Mbele ya benki hii ni Barabara ya Julius Nyerere iliyopita tokea eneo la Simbani hadi makutano ya barabara ya Kibaki na Itaza. Benki hii iliyopakwa rangi ya kijani kibichi kwa mistari imesimama tisti kwa nguzo za kuta imara. Kwa upande wa pili wa barabara ni ofisi ya muda ya mabasi ya kampuni ya Tawakal yanayotoa huduma zake hadi mjini Lamu, Kenya. Huu ukiwa mji ulio kingoni mwa bahari Hindi, wageni wengi walifika kutoka bara ya Tanzania na nchi nyinginezo hususan za ukanda wa Afrika Mashariki.

Wageni hawa walifika kutalii sehemu mbalimbali yakiwemo makavazi makuu ya Zanzibar, mojawapo ya miji ya kale iliyo na historia ndefu uliokuwa si maili nyingi kutoka Dar. Mji wa Dar, kama wanavyouita wengi, ni mji wa raha yake nchini Tanzania. Dar imepakana na miji mingine midogo midogo inayokuwa na kustawishwa kwa haraka kutokana na kuendelea na kupanuka kwa mji huu mkuu. Tafiti za wasomi zimekwisha kuonyesha kuwa Dar ndio mji mpana zaidi Afrika Mashariki na mji unaotanduka kwa kasi zaidi Afrika. Mji huu upo miongoni mwa miji mikubwa zaidi Afrika nzima. Watanzania walijivunia na hivyo ikawa kivutio na kituo cha biashara nyingi za haiba yake. Mji wa Dar unaunganisha miji mingi iliyoko ufuoni kwa kusini na kasikazini mwake ikielekea hadi Lamu.

Magari ya abiria yalipiga masafa kila siku kati ya vituo hivi viwili kupitia Mombasa. Si hayo tu, safari za majini pia ziliendeshwa kwa waliopendelea kusafiri katika bahari hii ya pili kwa ukubwa na kimawanda. Hadithi ya ukanda huu ni pana na hunikumbusha zamani alizonitambia bibi yangu na baadaye kuzisoma katika jiografia na historia ya miji ya Afrika Mashariki. Bibi akiwa mvyele aliyeishi kwa muda zaidi, aliifahamu historia yenyewe kama iliyotokea jana ile. Ukanda huu mzima wa pwani ya Afrika Mashariki kutokea Somalia ulitawaliwa zamani hizo na mfalme Sayyid aliyekuwa na mizizi ya mataifa ya Arabuni.

Hiki kikiwa kipindi kirefu tu cha baada ya waarabu wa kwanza kufika Afrika Mashariki na kuanzisha biashara mbalimbali ikiwemo ile ya madini na bidhaa adimu za wanyama pori. Sayyid alikuwa na nafasi nzuri ya kuyatekeleza haya kupitia mkataba uliowekwa kwa njia za utangamano na Waswahili walioishi Pwani hii. Kipindi cha ujio wa wamishenari kiliashiria mabadiliko ya historia hii ya Afrika Mashariki katika masuala ya kidini, kibiashara na kiutawala. Kilikuwa kipindi kilichoandamana na ugavi wa kikoloni wa mataifa ya Afrika yakiwemo yale ya Kenya na Tanzania. Uhuru wa mataifa haya ulihakikishia waafrika nafasi ya kujitawala huku mikataba mbalimbali ikiwekwa baina ya viongozi wa enzi hizo, ukiwemo huu uliohusisha ukanda wa pwani ya Afrika Mashariki.

Mengi yametokea na kutukia tangu kujipatia uhuru kwa mataifa haya. Harakati za kuunganisha mataifa ya Afrika mashairi zimejaribiwa na kudhihirisha kuwepo kwa changamoto mbalimbali katika mikataba hii ukiwemo ule wa uhuru wa biashara na usafiri huru baina ya wanataifa wa ukanda huu. Hata licha ya kuwepo kwa vikwazo hivi, binadamu walibuni njia mbalimbali za kujikimu na kuweka sheria zilizowaongoza kufanikisha mahitaji yao na ya jamaa. Mojawapo ya njia hizi ilikuwa hii ya uhuru wa usafiri ingawa ilithibitiwa na sheria zilizotawala saa za kusafiri katika mataifa husika.

◆ ◆ ◆

Ilikuwa takribani saa mbili hivi ya usiku ila kwa wingu kubwa jeusi lililotanda angani, kiza kingi kiliziba hasa upenuni mwa majumba haya. Taa zilikuwa zikitapanya mwangaza wake barabarani huku magari yakizidisha weupe uliokosekana njiani. Karibu na ofisi ya

Tawakal, daladala zilizidisha honi huku utingo wakishindana kuwaita abiria waliokuwa wakiwania kusafiri sehemu mbalimbali za karibu na mji huu. Baada ya muda mfupi kelele mjini zingepungua bila shaka. Gari aina ya Toyota lililokuwa na taa moja ya mbele, lililegeza mwendo na kuegeshwa mbele ya mkahawa wa Tawfiq. Wanaume saba hivi waliteremka na kujitosa hadi ndani ya mkahawa ule.

Kama waliokuwa wametengewa nafasi yao, walifululiza hadi eneo lililokuwa na mwangaza hafifu kutokana na matatizo ya taa iliyokuwa juu yao. Kwa vile meza moja haikutengewa viti saba, watatu waliosalia walivuta viti vya plastiki kutoka meza jirani na vikakaribia walipokuwa wenzao. Nguo walizovaa watu hawa zilikuwa za rangi nyeusi hivi. Baadhi yao walivalia miwani, wengine kofia za kuchumia. Wapo waliovalia suti na wengine tishati na mashati mepesi tu. Mhudumu wa pale aliwafikia baada ya kuwapa muda mzuri wa kutulia. Sketi yake nyeusi ilikuwa fupi yenye mng'ao kidogo. Kwa juu alivalia blauzi nyeupe iliyotundikwa kiua chekundu. Hii ndiyo iliyokuwa sare rasmi ya wahudumu wa mkahawa huu.

Baada ya kupata maagizo alienda na mara akarudi na mivinyo; soda kadha na pombe. Mazungumzo ya kina yalifuata huku minong'ono ikiwa ya chini kwa chini. Mabwana hawa walibugia vinywaji hivi taratibu ungedhani vilikuwa chai moto. Hawakuwa na haraka. Walimaliza kunywa kisha wakaagiza nyama choma kwa sima. Walikula huku mazungumzo yao ya kimya kimya yakitawala. Mji ulikuwa umeanza kuwa kimya isipokuwa magari ya kibinafsi yaliyokaza mwendo kwenye barabara ile pana yenye uhame wa magari. Maduka mengi na majumba ya biashara yalikuwa yamekwisha kufungwa isipokuwa sehemu za burudani, ofisi kadha zikiwemo za mabasi pamoja na hoteli na mikahawa kama huu ambao saa yake ya kufunga shughuli ilikuwa imekamilika. Saa ya kufunga mkahawa huu ilikwishafika.

Hii ilikuwa dhahiri. Hakukuwa na mteja mwingine isipokuwa kundi hili lililokuwa likimalizia chakula chake. Kitambo cha mhudumu kuondoa sahani na kulipwa ada yake, ilikuwa saa sita unusu. Aliondoka akitabasamu huku 'asante' zikimtoka kinywani baada ya kupewa tip. Miongoni mwao alikuwapo kijana mrefu wa kadri, mwenye miwani myeusi na mwili wa siha. Mwili wake ni wa siha na wa urefu wa kadri. Huyu hakuwa mgeni wa kikosi hiki cha Scorpion. Kwa jinsi alivyokuwa akiongea na kuamuru hili na lile, kupatiana maagizo, alionyesha kuwa na wadhfa fulani katika kundi lile. Bosi wa kikosi hiki alikuwa mtulivu kiasi kwamba uwepo wake pekee ulitosha kutambulika. Aliketi pembeni asijishughulishe na lolote, kazi ikiwa kuteketeza misokoto ya sigara midomoni.

Kwa sasa pakiti ilikuwa imekwishaisha toka alipotia makalio pale kitini. Vijana wengine walibaki kusikiliza maagizo waliyoelezwa na kukumbushwa mara kadha na kijana huyu. Huyu alikuwa Batul yule unayemfahamu pia. Sikuwa na shaka ya maagizo niliyowapa vijana waliojiunga nasi miezi miwili tu iliyopita. Kutokana na jinsi tulivyowaona na kuwafahamu, hatukusita kuwaamini kuwa vijana bora waliotosha kuendesha shughuli ya kutia jeki mpango huu mpya. Ramani ya jengo lote la benki ilikuwa tayari mikononi mwetu. Kwa mpango uliokuwepo, kopi hii ilikuwa ya muhimu sana kuipata kabla ya kuanza operesheni. Zilikuwa juhudi kuu za Odili, aliyekuwa na ujuzi wa kipekee wa masuala ya teknolojia ambaye alitoa wazo lililofungua kurasa mpya ya shughuli hii.

Nilikuwa nimetumwa kwa misheni maalum ya kuchunguza na kupata habari muhimu kuhusu benki yenyewe ambazo zingetusaidia kufanikisha mpango tuliokuwa nao. Niliingia jengoni nikiwa nimevalia nadhifu mno. Tambo langu nene lilifichamwa vizuri vya suti ile maridadi. Gari la kifahari tulilokodi lilinipa haiba tofauti mno na ukweli wenyewe. Walinzi waliniruhusu kuingia bila hata kunikagua. Mkoba mweusi mdogo nilioubeba uliwahadaa wengi. Walinzi wangu walisalia nje ya gari huku Odili na Fazul wakiwa garini, takia la nyuma na tarakilishi wakichunguza na kunasa kilichokuwa muhimu. Mimi na mlinzi wangu mmoja tulifululiza hadi mle ndani. Niliporuhusiwa kumuona meneja wa benki ofisini mwake nilifahamu chambo kilikwishanasa nguva.

Meneja alisimama na kunikaribisha vyema ofisini nami sikusita kumpa tabasamu langu la urafiki. Hili lilitosha kulainisha moyo wake. Alikuwa tayari kumhudumia mgeni wake. Mazungumzo ya kina yaliyojikita katika usalama wa amali za wateja, mbinu mpya za uwekezaji na mikakati ya kupeana mikopo yalifuata. Kwa wakati ule nilifahamika kuwa mwana wa mfanyabiashara maarufu aliyemiliki kampuni muhimu nchini. Vile vile, hatua ya kutaka kuwekeza kupitia benki hii ilikuwa ilizidi kutoa ushawishi mkubwa. Meneja aliamini kuwa kama kijana wa pekee katika familia, na vile vile miaka mingi niliyosomea ulaya ilikuwa fursa nzuri ya kuamini kuwa nilikuwa katika harakati za kurithi mali ya baba yangu. Mbona fursa hii isitumike vyema?

Huku haya yakiendelea, kidude kilichochomekwa pembeni mwa koti langu kilinakili yote. Macho yangu yalikuwa vile vile yakitalii na kulisoma jengo hili nikiwa na ufahamu mdogo tu kuhusu mpangilio wa benki nyingi. Huko nje Odili na Fazul waliendelea kupata picha nzuri ya yote tuliyohitaji kuyafahamu. Nilitaka kufahamu zaidi kuhusu ulinzi ulivyo hususan kwa amana muhimu yakiwemo madini na mapambo wanayoacha wateja wengi kama rehani. Ilinishangaza mno meneja alipochomoa ramani katika sefu mojawapo ili kufafanua. Hili sikulitegemea kabisa. Ni muhali kwa ramani hii kuonyeshwa mteja yeyote yule hivyo basi nilifahamu kuwa nimeaminika mia fil mia. Nilitumia fursa hii kuhakikisha kamera ile ya siri imenasa ramani yenyewe barabara.

Hivi ndivyo Odili alivyoinasa na kuitolea nakala ambayo tunayo leo. Benki yenyewe haikuwa mbali na tulipokuwa. Lililokuwa limesalia ni kujiweka tayari kabla ya kuanza shughuli. Baada ya maelekezo yote, kila mmoja alikuwa tayari kuchukua nafasi yake katika filamu hii. Kila kitu kilikuwa shwari. Ilisubiriwa amri ya kamanda.

“Kazi ianze !” Yalikuwa maneno mawili ya Fazul. Tuliinuka mara moja na kuelekea garini. Wahudumu wawili walioshika zamu walikuwa wameanza kusinzia walipoketi. Kuamka kwetu kuliwapa furaha na matumaini ya kupumzika. Akrabu ya saa ilisoma saa saba ushei. Tulikuwa tayari kuanza kazi. Tulibaki mle garini kimya kwa takribani dakika kumi hivi. Odili alikuwa amekwisha kuwasha kompyuta yake kuhakikisha kila kitu shwari. Alijua wazi mpango huu ulimhitaji zaidi kunasa mitambo ya mle ndani na kufanya kazi yote iwe rahisi. Hii ilikuwa taaluma yake hivyo hakushtushwa hata chembe. Tulibadili magwanda yetu na kuvaa rasmi mavazi ya kazi. Kila mmoja alikaza moyo akitambua ilikuwa saa muhimu ya kutekeleza mpango huu uliopikwa kwa zaidi ya mwezi mmoja.

Mimi nilikuwa na kitambaa cheusi nilichojifunga uso kama piku huku wengine wakiwa na maski za kazi. Mikono ya kila mmoja haikusazwa, ilikomelewa glavu nzito. Nilichukua bastola yangu iliyokuwa kwa soksi mguuni na kuipachika kiunoni. Kabla ya hapo niliifungua tena ili kuhakikisha risasi zilikuwa za kutosha kwa makabiliano yoyote iwapo yangetokea. Kuumeni kiunoni nilichopeka kisu kidogo na hatari. Hiki sikukiacha popote nilipoenda nikijua kuwa kwa wakati mwingi mambo mengine huja ghafla. Haya nilikwisha kuyaona mara nyingi katika filamu nilizopenda kuzitazama si mara moja.

♦ ♦ ♦

Leo ikiwa siku ya pili tangu kukamilisha mafunzo na mazoezi yetu ya majuma mawili mfululizo, kila mmoja alikuwa tayari kwa lolote. Misuli ilikuwa imetutumka, viungo kulegezwa na kufanywa vyepesi. Baada ya shughuli ile ya pwani iliyotubabaisha, tuliamua kujipa likizo nzuri. Miezi miwili unusu haukuwa muda kidogo. Mambo yalikuwa yamepungua huku msako mkali ulioendesha na jeshi la polisi ukilegea na kukosa nguvu ya awali. Pato letu tulilochuma lilikuwa limetumika na kila mmoja hakuwa na jingine la kuwazia bali namna na kujikimu tena. Ingawa huu ulikuwa mchezo mui, tulijipiga moyo konde na kuamua kupambana nao. Vamizi lile la Sunrise lilipelekea usalama kuimarishwa pwani huku hoteli za kitalii zikipewa ulinzi madhubuti.

Baada ya kupiga darubini ya mambo yalivyokuwa yakienda, tuliishia kukubaliana kuwa kuwanyang'anya watalii mali yao haingekuwa salama kwetu tena. Tulihitaji mpango mpya wenye afueni, na pengine mpambo kabambe wa kufunga kazi. Asubuhi moja tulijipata sote nyumbani kwa Fazul. Tulitaka kufahamu juu ya mpango ule aliotudokezea siku ile. Baada ya mazungumzo ya kina, tuliafikiana kwa kauli moja kuwa tungejiandaa vyema kwa mpango utakaokuwa wa mwisho kisha kila mmoja ashike yake. Mpango wenyewe ulikuwa hatari na ulihitaji si makini tu bali hata uzoefu na uhakika. Mafunzo tuliyoyaandaa yalikuwa ya majuma mawili, yakilenga kukomaza misuli na maarifa ya kukabiliana na lolote ambalo huenda likatokea.

Sikutaka mzaha baada ya funzo nililopewa kule mikokoni na yule mgeni. Vijana waliojiunga nasi walikuwa chap chap! walikuwa wepesi na wazuri kuelewa mambo. Kati ya mbinu tulizozijaribu zilikuwa zile zilizoelezwa kwa michoro na Duke Lee katika kitabu nilichokisoma kila mara. Nilikuwa na nadharia tu ambayo ingefaa mno wakati wa majaribio. Mazoezi yetu yalifanyika Kinengweni, sehemu iliyokuwa na msitu mkubwa wa mikoko pasipofikwa na watu wengi. Toyota ilikoroma taratibu hadi mbele ya lango la benki ingawa kwa wakati ule lilikuwa limefungwa. Manu alikanyaga breki nalo likatiii. Lilitulia tuli na kuzima taa chini ya mtumbaa uliokuwa hatua chache toka pale nje ya benki.

Mwezi ulikuwa mchanga hivyo nuru yake ndogo ilizidiwa na kiza kilichocheza mwajificho katika sehemu mbalimbali hususan zilizokuwa na miti au kukingwa na majengo haya marefu. Chini ya Mtumbaa huu kulikuwa na kiza kidogo kiasi cha kulisitiri gari vyema. Taa iliyokuwa juu ya lango lile ilitapanya nuru yake kubwa kiasi cha kuweza kuiona shilingi iliyo ardhini. Pale nje ya benki hapakuwa na mlinzi tuliyetarajia kumpata. Sikuwa na shaka ya eneo alilokuwa. Nilikuwa nishaelewa ratiba yake usiku unapokuwa mwingi. Hili nililitegemea hasa baada ya kumtalii kwa siku tatu mfululizo nikabaini saa yake za kulala na alipojificha akapitisha usingizi.

"Manu, paki palee!" Nilinong'oneza nikiashiria kwa mkono kijia kilichounganisha ujia ule na barabara kuu.

"Gari litakuwa chonjo kuruka punde tukimaliza."

Ingawa nilihitaji kumkumbusha Manu, nilimfahamu vizuri. Alikuwa dereva asiye na mfano wake. Alipoushika usukani ungedhani kazaliwa nao.

"Jimmy, kamata nafasi yako. Mimi na Fazul tutajichoma ndani. Odili kazi yako waijua vyema. Rutta na wewe Kombo wekeni ulinzi vizuri hapa nje."

Kikosi kizima kilikuwa tayari. Bastola zetu zilikuwa imara na chonjo kwa makabiliano. Haikuwa na haja yoyote kuzitumia bali tu wakati itakapokuwa lazima. Tulikuwa tumeonywa waziwazi na yule askari aliyetuazima kufanyia kazi dhidi ya kufyatua risasi ovyo ambazo huenda zikatambulika kwa nambari zake. Kwa namna tulivyovaa madhuti ndivyo nazo zilivyovikwa viwambo vya kuzuia sauti barabara. Hatukupenda kupata mtihani katika shughuli yetu. Kila mmoja alikwisha kuwa tayari. Tulihitaji kupata ishara kutoka kwa Odili kabla ya kutoka mle garini. Odili alipambana na tarakilishi yake. Alikuwa na kipaji haswa. Uwezo na elimu ya kunasa mitambo na programu mbalimbali pasi kuwepo ilikuwa si rahisi.

Tuliiamini kazi yake hasa baada ya kutuonyesha alivyofaulu kunasa na kudhibiti mitambo iliyounga kamera na taa za mle benki. Angeweza kufuta au kuendesha matukio yaliyonaswa na kamera zile alivyopenda yeye. Alihitaji kubofya kidude na kuzima taa na kamera zile zilizonasa matukio. Kama tulivyotegemea, ishara ilitolewa. Mchezo ulikuwa tayari kuanza. Tulikuwa na muda usizidi dakika tano kukamilisha yote. Mimi na Fazul tulifululiza hadi kibandani alipokuwa amelala mlinzi. Tulipaswa kumzuia mapema kabla ya lolote. Odili naye kwa haraka alitumia fursa ile kwa haraka akazima taa iliyokuwa nje ya jengo na giza likavamia eneo lile; fueni kwetu. Kwa haraka tulinyatia hadi pale kibandani. Mlinzi alikuwa ameketi kwa ubao huku kalala bila habari.

Kifimbo chake kilikamatwa mkononi kidhaifu hali kwamba hata panya angekikanyaga kingedondoka. Nilitoa kitambaa na kile kichupa kidogo mfukoni nikakilovya majimaji yake yaliyokuwa na athari kama ya nusukaputi. Nilinyatia na kumwendea karibu ili kumfumba puani. Bawabu yule aligutuka ghafla na kushika fimbo yake sawasawa. Kwa ustadi tulimzima baada ya kumfumba pua lake kwa kile kitambaa chenye dawa. Alikurupuka kidogo. Tulikaza mikono na kumthibiti na baada ya muda mchache dawa ilikolea mwilini, alisalimu amri na kulegea. Tulimwacha akibwagika taratibu tukaelekea sehemu ya mlango wa nyuma wa benki ile. Mlango huu ingawa wa dharura ulikuwa na afueni kuliko ule mkuu. Huu ungetuchukua muda mfupi kuukongoa na kuingia ikizingatiwa muda mfupi tuliokuwa nao.

Mlango wa nyuma wa benki ulikuwa umefungwa imara. Upo wa chuma na wa mbao kutoka ndani. Kufuli ya mlango wa nje haikutusumbua hasa kutokana na funguo biliba tulizokuwa nazo. Tulitumia bastola kuvunja kitasa cha mlango ule wa mbao na kisha kufululiza hadi ndani. Tulifanya vile vile kwa milango kadha. Tulikuwa makini kutogusa chochote bila kuwa na uhakika nacho. Safari yetu ilitua chumbani mle aliponieleza meneja ambazo fedha zilihifadhiwa. Chumba hiki sikuwahi kukiingia ila kama nilivyokisia kilikuwa kimefungwa vizuri. Ndanimwe kulikuwa na kabati zilizokuwa na rafu mbalimbali. Hizi zilipewa majina kulingana na kilichokuwa mle. Hatukuwa na muda huo wote. Tulivunja rafu kadha. Haula! Macho yalinitoka.

'Unapoteza muda tena?' Fazul alinikemea. Niligutuka na kuanza kujaza kifurushi nilichokuwa nacho. Tulifanya hivyo kwa sefu ya pili na ya tatu. Kabla ya kuenda ya nne, kiredio kilitoa habari. Muda ulikwisha. Ilitarajiwa kuwa kupotea kule kwa mawasiliano kungetuma ishara ya hatari na punde polisi hawangechelewa kufika. Tulipaswa kuondoka kabla ya haya kutokea. Baadaya kuchukua tulichokuwa tumetika mifukoni tulitoka mbio. Hatukujali tulivyoacha mle ndani. Si kitambo kabla ya kulifikia gari alipokuwa Manu na Odili kiliposikika king'ora cha polisi kilichoandamana na milio ya risasi. Yalifuata makabiliano ya makali. Tulijitahidi kuingia garini ili kujinusuru. Katika harakati zile, risasi ilimpata Kombo tumboni akaanguka.

Rutta alirudi nyuma kumbeba lakini ikamshinda. Kabla ya kuwaza la kufanya Rutta pia alipatwa na risasi mkononi akaanguaka. Odili ambaye alikwisha kumaliza shughuli muhimu aliacha mashine akakamata bastola na kuamua kuwaokoa Rutta na Kombo. Haikuwa rahisi alivyodhani. Kombo alikuwa njiani kuelekea kwa muumba wake. Odili alitumia bastola yake na kummaliza Kombo. Hii ndiyo iliyokuwa njia ya pekee ambayo kila mmoja aliifahamu. Alimwendea Rutta ambaye alianguka ili kumsaidia. Gari la polisi lilikuwa limekwisha kukaribia na ilikuwa hatari hata zaidi. Hakukuwa na nafasi ya kumuokoa Rutta.

'Twende Odili!' Ilikuwa amri ya Fazul. Manu kwa upande mwingine alikuwa tayari kukipaliza chombo. Risasi zilizofyatuliwa nusura zimpate Fazul. Kulikuwa hatari hata zaidi. Kwa bahati mbaya Odili alilengwa shabaha alipokuwa akichupa garini. Risasi ile ilimpata barabara kichwani, ubongo ukatawanyika. Hapakuwa na jingine ila kunusuru nafsi zilizobaki kutokana na hali ile. Odili na Kombo walikuwa marehemu kwa sasa. Hofu yetu ikabaki kwa Rutta ambaye hatukuwa na shaka atafaulu kujificha. Maskini Rutta! Tokea mwanzo hakuwa radhi na operesheni hii ila juhudi zake za kutaka kumuokoa Kombo zimemtia mashakani. Nilitumai kuwa ataponea makali yale na kufaulu kujificha. Gari lilisukuma vumbi nyuma kwa ujia ule wa kokoto na mchanga tifu tifu.

Baada ya dakika tatu hivi tukawa barabara kuu ya Almasi. Tulibeta kulia tukaacha barabara iliyoelekea ikulu na kufuata iliyotuongoza kuelekea hoteli ya Mwananchi. Kabla ya kuifikia, tulibeta kwa ujia wa Mbaraka Mwinshehe na tukafululiza hadi tulipoishika barabara kuu ya Bagamoyo iliyoingia mjini. Hapa gari lilitulia likabaki kuchana masafa kwa spidi ya puma. Gari hili lililoonekana kuu kuu kwa nje lilikuwa limekarabatiwa vyema. Injini yake ilikuwa imara zaidi huku mwendo wake ukikosa kumithilishwa na gari lolote sampuli ile. Kazi ya Fazul hii. Njia yote ilikuwa kama mahame. Hakukuwa na magari mengi njiani isipokuwa matrela machache yaliyotoka miji mingine kuingia Dar es Salaam.

Baada ya muda mrefu kidogo tulibeta na kupaelekea Mambrui, katika eneo la Kerege lililoko katika barabara iliyoelekea mikokoni. Nikiwa katika hali ile, ilinijia picha ya tukio zima. Tulikuwa tumezipigia mnada roho zetu. Miaka ishirini na sita sasa duniani, nilichokiona cha heri hakikujumulisha maisha yangu. Miaka zaidi ya kumi sasa tangu nilipoanza kuchopoa mali ya watu na kujinufaisha. Nimekaribia kutiwa moto zaidi ya mara tatu. Niangalie leo hii ningekuwa maiti. Kombo, Odili na pengine Rutta sasa ni wendazao kwa jitihada za kutuokoa. Matumaini yao kwa wizi huu yameishia shimoni. Niliingiwa na hofu. Mwili ukawa moto kwa kuyashuhudia mauti mbele yangu.

Baada ya kufika mwisho wa lami na kuanza barabara ya kokoto, tuliliacha gari na kuteremka hadi ufukweni. Tulitumia njia ya pale ufukweni ndani ya machaka na sengumbe kwa saa mbili mfululizo hadi tukatokea karibu na eneo la Mlingotini katibu na ufuo wa Bomani. Tulikodi teksi, tukatumia barabara ya Ngome ya Kaole iliyotufikisha mji wa Bagamoyo. Kitambo hiki ilikuwa ikipata saa kumi unusu asubuhi. Tulikodi vyumba vitatu katika loji ya Mnyalu ambapo tulipumzika hadi saa kumi na mbili asubuhi. Baada ya kuamka, tulielekeza macho yetu kwa runinga kusudi kupata habari. Hakukuwa na jambo la maana hivyo tulijiandaa kupata kiamsha kinywa. Baada ya hapo Fazul na Manu walirudi vyumbani kujipumzisha.

Mawazo yalikuwa yamenizonga kiasi cha kwamba sikuweza kupata hata lepe la usingizi. Zaidi ya haya, miguu ilikuwa imefura na kuuma kwa kutembea muda mrefu machakani na barabarani. Hofu hii ilizidishwa na ukweli kuwa bado hatukuwa salama. Ilipotimu saa tatu hivi, niliinuka na kuelekea ukumbini mwa hoteli ile kupunga upepo. Hamkuwa na lolote la muhimu. Mara macho yangu yalitua katika runinga iliyokuwa ukumbini. Ingawa sauti yake ilikuwa chini, kila kitu kilikuwa wazi. Taarifa ilikuwa hewani na picha zilizoonyeshwa zilikuwa za pale benki. Askari walikuwa wakifanya ukaguzi katika jengo lile la benki. Chini, habari ilipita kwa taratibu kwa maandishi manene. Sikutaka kuisoma zaidi ya kuangalia lile tukio. Mara habari ilipita iliyonasa nathari yangu.

Majambazi sugu wafanya wizi benki/ Kundi la Scorpion wapora mali isiyojulikana ya fedha za kigeni katika Benki ya

Biashara/ Majambazi watatu wafaulu kutorokea/ Wawili wafariki huku wawili akiwemo polisi wajeruhiwa/ Gari lililotumiwa kwa ujambazi lapatikana msituni Mambrui, Mikokoni. Habari hizi zilipita tena, na tena. Nilipigwa na butwaa. Mara picha ya gari letu. Mara miili ya Kombo na Odili. Mara picha za pale benki. Moyo ulinienda mbio. Mwanahabari alizidi kuelezea alichokifahamu kuna kukisikia kuhusiana na tukio lile. Nilitaka kufahamu zaidi kuhusiana na yaliyokuwa yakijiri. Sikuridhika. Nilitaka kuhakikisha kuwa Rutta siye waliyekuwa wakimzungumzia.

Sikupata badala yake msitu tulipopitia kabla ya kufika hapa ulizidi kusemekana kuwa hatari ambapo tulitokomea mafichoni. Taarifa ilisema kuwa polisi waliweka vizuizi barabarani kote kutuzuia kusafiri hadi itakapobainika tulipokimbilia. Tulitarajia haya ingawa kwa sasa yalikuwa makubwa zaidi. Tumepoteza ndugu zetu watatu na sasa tuko mbioni tunasakwa. Niliamka ghafla. Ilisadifu kuwa nyuma yangu alikuwa mzee mmoja mwenye mvi kichwani. Naye alikuwa kazubaishwa na picha zile. Niliinamisha kichwa na kuondoka kuelekea chumbani. Kituo cha kwanza kilikuwa kwa Fazul. Nilitaka kumueleza yote yaliyofika. Kwa bahati, Manu pia alikuwa mle chumbani.

"Boss, tufanyeje sasa?" Manu alifadhaika. Nilimtazama alivyoonekana mnyonge na mwenye kukata tamaa. Fazul hakuwa na shaka sana. Alimtazama Manu kisha akanitazama.

"Kuna fedha ngapi tulizonazo kwa begi?" Kabla sijajibu aliendelea.

"Tunahitaji kuzitumia. Nishajua la kufanya. Lazima tutafute namna ya kutoka nchini as soon as possible."

"Sina uhakika lakini hazikosi zaidi ya milioni sabini!"

"Sawa. Zatosha kutusafirisha hadi Kenya." Aliinuka na kuchukua simu iliyokuwa kwa soksi. Alibofya namba kisha akaweka sikioni huku akielekea msalani.

'Halo Steve...'

Mazungumzo yalikuwa marefu kiasi. Tulisubiri pale kupewa mpango ulivyokuwa. Hatukuwa na ujanja mwingine isipokuwa kumsubiri kiongozi wetu.

"Huyo ni Steve, mfanyabiashara maarufu ukanda huu hadi Mombasa. Anakaa kule kilimani Mkwajuni. Nishamweleza twahitaji msaada wa dharura na amesema tumpate pale Ruvu Mtoni. Lazima turuke Kenya." Zilikuwa habari njema. Manu alitua na kuachilia pumzi ndefu ya wasiwasi kumtoka. Ilikuwa afueni si haba.

"Tutafikaje mtoni na polisi wapo kila mahali?" Niliswalisha. Swali lile lilimtia kigugumizi Fazu, akashindwa la kujibu. Badala yake alipiga simu tena na mara hii alimweleza Steve kufika pale hotelini kwa haraka. Tulibaki pale chumbani kwa wasiwasi tukijua kuwa wakati wowote iwapo Steve hangefika kwa wakati basi huenda polisi wakafika tulipokuwa. Tulifahamu serikani ina mkono mrefu na hili tumelihakikisha hadi sasa. Nilibaki kutazama nje kupitia dirisha lililoelekea lango la hoteli ile. Dakika chache baadaye gari aina ya Prado nyeupe lilifika na kusimama maegeshoni. Bwana mnene aliteremka hakupiga na kupiga hatua chache mbele. Alichukua simu akabonyeza na kusikiliza sikioni. Mara fahamu zikanijia kuwa pengine ndiye Steve.

Nilimgeukia Fazul aliyekuwa kazongwa na mawazo. Kabla sijasema kitu, simu yake ilikiriza akaipokea na kwa haraka akahitimisha ' Haya twaja"

Hatukuhitaji kupewa amri. Tuliteremka kwa mwendo wa taratibu na wa makini. Steve alikuwa tayari garini. Tuliabiri prado na kutoka. Ajenda ilikuwa moja, kuelekea alipoishi Steve kisha kusubiri mpango mwengine. Fazul alikaa takia la mbele sawia na Steve huku mimi na Manu tukisalia nyuma na mfuko wenye amana. Mambo yalikuwa shwari hadi pale tulipokumbana na kizuizi cha polisi. Palikuwa na takribani askari watano waliojihami barabara. Kando yao kulionekana gkarandinga ya kijanikiwiti. Fazul alikuwa mtu wa chapchap! Alivalia miwani na kofia nyekundu. Alichomeka mkono kwenye kabuti lake na kuchomoa pesa za Kitanzania. Aligawa na kumpa Steve bunda la shilingi elfu mia moja. Steve, mwanabiashara aliyezowea mambo haya alielewa kusudi lake.

Alilishika na kuendelea na usukani. Mili yetu ilitia baridi. Tulibaki kutetema kama wagonjwa wa malaria. Kama kawaida dereva aliamrishwa kusimamisha gari. Steve aliinua vioo juu. Alisimama kisha akafungua mlango na kutoka nje. Mazungumzo yalifuata baina yake na aliyeonekana kuwa mkuu wa kikosi hiki. Nilitazama kupitia gari hili lililokuwa na vioo vyeusi. Wasiwasi ulinitoka pale nilipoona wakipeana salamu za heri. Kizuizi kiliondolewa ili kuruhusiwa kupita. Nilipumua pumzi nzito ambayo iliambatana na ya Manu ayekuwa nusu maiti. Fazul alionekana kutokuwa na wasiwasi.

'Misitu tofauti, nyani wale wale!' Yalikuwa maneno ya Steve. Tuliangua kicheko kadri gari lilivyochapua mwendo kuelekea kwa Steve.

"Tusipoteze wakati, nimeshuhudia hali mbaya sana.' Alianza Steve, 'nimekwisha kuongea na mwenzangu, atatufaa kwa njia ya rahisi. Give him time.'

Bado nilibakia gizani. Sikuelewa mbona tuzidi kupoteza muda hata zaidi. Fazul alishauriana na Steve kwa kirefu. Baada ya muda, aliondoka na kumlipa Steve takriban shilingi milioni kumi za Tanzania. Kilikuwa kiwango kikubwa cha fedha. Sikuelewa hadi Fazul aliponielezea kwa mtuo; kuwa tulihitaji kutumia njia ya haraka kutoka Tanzania kabla ya polisi kutufikia. Saa moja baadaye tulikuwa angani kwa helikopta ya Steve kuelekea mji wa Lamu, nchini Kenya. Steve alikuwa stadi na rubani vile vile. Hakuhitaji rubani wake kuchukua nafasi hii. Alikipalisha chombo angani kupitia pwani.

SURA

4

KIPINDI CHA SIASA na kampeni za uchaguzi kilikuwa cha msisimko kwa baadhi ya watu, lakini cha kukera kwa wengine. Wapo waliokisubiri kwa matumaini makubwa, huku wengine wakichoshwa na harakati zote zilizokifuatana nacho. Wanasiasa walisemekana kuwa watu wanafiki waliojali maslahi yao binafsi. Walitafuta msamiati mzuri wa kurai watu kuwapigia kura ila ahadi zao zote zikasahaulika na kutupwa kwenye jaa kuu. Kwa sisi tulioishi kijijini, msimu huu ndipo tulifanikiwa kuwaona tena wanasiasa macho kwa macho katika kampeni zao wakitoa ahadi za mbingu kwa wananchi. Magari yenye spika kubwa yalizunguka vijia vya kijiji yakivurumisha muziki wa kampeni huku waliosakata densi wakinengua viuno walivyoweza kutoa umaarufu kwa mwaniaji kiti.

Watoto walifuata kwa karibu zogo hili wakiufaidi Muziki, wakacheza na kupayuka. Kina mama nao walijikuta wakinengua viuno vyao vilivyofichamwa ndani ya mavazi yao maarufu, dera, kwa furaha. Wazee pekee ndio waliokaza mili wakasalia kuangalia na kunong'onezana hili na lile. Vijana kadha walilipwa ili kuyaimba majina ya wanasiasa hao. Hawa walibeba mabango na karatasi zenye sura za viongozi na hata kuzibandika kila ukuta wa nyumba. Wapo waliobandika kwa mashina ya miti wengine wakapeana kama zawadi kwa watoto kupeleka nyumbani. Mama yangu alinikanya dhidi ya kuhudhuria mikutano hii ya kampeni kutokana na visa vingi vilivyofungamana nayo. Kwa wakati ule sikufahamu chochote wala kutambua mantiki ya usemi wake.

Kila nilipomwuliza sababu alisita na aliponena alikariri maneno yake ya nyakati zote kuwa laiti samaki angejifunza kutokana na chambo kilichomkamata mwenziwe, basi wavuvi hawangekuwa na kazi. Zipo siku ambapo ningejificha na kuungana na rafiki zangu tukashuhudia kinachotendeka. Nakumbuka tukio moja ambapo wasaidizi wa wanasiasa walizipeperusha pesa angani. Kilichofuata hakikumithilika. Akina baba, mama na vijana wote walichupa ili kunasa angalau jani moja. Sarakasi ilisalia kuwa ile ya mwenye nguvu mpishe. Wapo waliobahatika na wapo walioshika jani na kabla hawajalikunyata kiganjani vyema likanyakuliwa na mwingin, mwisho wake iliishia mgao wa nusu bin nusu ambao haukumfaidi yeyote. Hakuna aliyekuwa radhi kumwachia mwenziwe.

Purukushani ile ilitia aibu kwa nyakati ambapo ilizua zogo na kuwaacha wanawake wengi nusu uchi baada ya mavazi yao kuraruliwa au kuinuliwa na marijali waliokuwa na azma tofauti. Kisa cha mzee Kahindi kilikuwa mojawapo mwa visa vilivyotambwa mno. Kahindi aliwahi kunyakua majani mawili ya shilingi hamsini. Kwa tamaa ya kutaka kuongeza la tatu lililokuwa limechopekwa mfukoni mwa barobaro mmoja, alipigwa kumbo lililoishia kumfanya kibogoyo baada ya meno yake manne kupukutika. Alisalia kibogoyo aliyekosa meno matatu sehemu ya mbele taya la juu, na pengo moja taya la chini. Kwa maumivu alisahau hata alichokuwa amepata, akawaangushia wengine wakazidi kubahatika. Hadi leo, Kahindi hulaani siasa asitake kusikia neno kampeni.

Huyu alichekwa tu sana na kukumbushwa tukio lile akaishia kusema, "thiatha mbaya."

Maboza alikuwa barobaro mmoja mwenye macho makengevu kidogo na ya pilipili. Alikuwa na mashavu manene na midomo iliyolegea kiasi cha kudondosha ute mara kwa mara. Alikuwa miaka takribani arobaini hivi ila kwa ukongofu wa maisha hungechora mstari wowote kumtofautisha na baba wa miaka sitini. Maboza alikuwa mtu wa aina yake. Alikuwa hamali na zegazega huku wakati mwingine akifanya ubazazi wa madafu kule mji wa kale, Mombasa. Hakutulia kwa kazi moja kwa vile siku mbili hazikupita kabla ya kazi yenyewe kumkataa. Alipokuwa mchuuzi wa maji mtaani, jasho lililomfunika mwili wote na ute uliodondoka kila mara uliwatia kinyaa hata waliokuwa na kiu ya kupata maji. Maboza alikuwa maarufu nyakati za siasa.

Wagombezi wengi walimpa kibarua kama mlinzi wao katika kampeni mitaani. Hakusita wala kuisaza kazi yake. Aliwazoazoa wengi na kuwakusanya mithili ya katapila. Tambo lake nene, sura kavu ya kutisha, maguvu na misuri iliyochongoka kama miamba viliwaogofya wengi. Kabla ya Maboza kupata kazi hizi, yeye na wenziwe wachache walipenda kusimama nyuma ya makundi ya wanawake. Hawakuwa na tamaa kubwa ya pesa bali lao zaidi lilikuwa kuzua tafrani. Wakati ule wengine wakipiga mbizi kunyakua noti yeye alipiga mbizi kuinua au hata kuvuta marinda ya wanawake. Alizivuta rinda na hata kuwaacha wengine tupu. Hapo angekimbia na kuangua kicheko kama mwenye akili taahira. Sura ya kampeni haikubadilika kamwe. Kampeni na wanasiasa walikuwa wale wale.

Siku zote ugomvi haukukosa na makabiliano makali kuzuka kati ya masapota wa milengo husika. Watu walihadaiwa, wakapiga kura na kisha kurejelea kazi zao, wasimwone mtu huyo hadi miaka mitano ilipoisha, wakati walipofika kwa magari mazito; siasa zikakuzwa kama kawaida. Katika eneo letu, nyadhfa iliyowaniwa sana ilikuwa ile ya uwakilishi wa eneo-bunge. Mwaka ule wa uchaguzi, wagombea walikuwa watatu ila mmoja alijiondoa baada ya kuona lingekuwa shindano la ndovu na mwana. Huyu alikuwa mwalimu wa shule ya msingi aliyetamani kujaribu kuvunja mifupa ya ngiri kwa megego ya maziwa. Baada ya kupata ushauri kutoka kwa 'wazee', aliishia kukubali kuwa hawayu yake ingemrudisha nyuma badala ya kumpeleka mbele.

Harakati zake za mwanzo zilizimwa na kundi la wahuni liliotumwa na kuharibu mkutano wake kisha kumvamia usiku na kumpiga hadi akazimia. Kwa wakati kampeni ilipochacha, yeye alikuwa yu hospitalini akiuguza majeraha. Ulikuwa wakati huu alipoapa kutowazia au kujitosa tena katika mchezo huo mchafu. Aliwapisha na kuwaachia njia waliokuwa na nguvu. Makabiliano baina ya Mhonga na Fitini yalikuwa si ya mchezo. Mhonga alikuwa kigogo wa siasa kwa miaka mingi katika Chama cha Ujasiliamali. Yeye ndiye aliyekuwa mbunge Lamu hivyo alilenga kukitetea kiti chake kwa awamu ya nne. Kwa upande mwingine, Fitini alikuwa mwanaharakati na mfanyabiashara maarufu sana si mkoani tu bali pia nchini. Biashara zake za magendo hamna aliyezifahamu.

Kulingana na baadhi ya waliompinga walisema kuwa aliwania nyadhfa ya kisiasa ili kuilinda vyema biashara yake. Bwana Mhonga alikuwa maarufu sana kwa watu. Waliomfahamu walikuwa na sababu zao wenyewe. Wapo waliomsema kwa uzuri wengine wakiwa kwa ubaya. Mara yangu ya kwanza kumwona mheshimiwa Mhonga ilikuwa shuleni nikikosomea elimu ya msingi. Kwa vile shule yetu ilikuwa na uwanja mkubwa, mikutano mingi ya hadhara ilifanyika kwetu. Nakumbuka upo muhula tulipokosa shule kwa majuma mawili kwa shughuli za maonyesho ya utamaduni yaliyofanyika kwetu shuleni. Watalii wa nje na ndani ya nchi walifika ili kutumbuizwa na kuonyeshwa utamaduni na uasilia wetu.

Siku ile ya mkutano, Mhonga aliandamana na msichana mmoja mdogo kwa umri, aliyekuwa na kiuno cha nyigu na maungo yaliyokomaa. Huyu alivaa miwani mieusi usoni na kuketi kuumeni kwa Mhonga. Kwa mara ya kwanza nilidhani alikuwa binti ya Mhonga hadi nilipofahamisha kuwa alikuwa mpenziwe wa luja, mmoja wa malumanja wake waliokuwa wengi kiasi kwamba hakuna aliyeonekana zaidi ya mara tatu kwa mikutano ya namna yoyote ile. Wengi waliozisema habari za mheshimiwa walikaulisha kuwa hawa aliwatwaa kutoka Chuo kikuu na hao ndio aliosafiri nao nje ili kumsaidia kufasiri lugha ya Kiingereza au hata kumliwaza akili na nafsi. Siku ile kabla ya kipindi cha kampeni kufungwa, Mhonga na Fitini walijipata katika jukwaa moja ili kuuza sera zao.

Mhonga alisimama na kutoa ahadi zake kama kawaida, ahadi zilizoishia kwenye viwambo vya masikio. Mabize aliyekuwa katulia tuli akisikiliza porojo zile alichushwa. Alisimama mara moja na kusongea karibu na jukwaa.

"Mbona watudanganya hadi sasa. Miaka 15 bungeni kila wakati ahadi ni iyo hiyo na hakuna tuliloliona..."

Hakubahatika kumaliza kauli yake. Askari waliokuwa wakiweka ulinzi pale walimzoa na kumtoa uwanjani. Kila mmoja aliangalia tu alivyotiwa ndani ya karandinga ile. Huu ulikuwa mwisho wa kuonekana kwa Mabize. Ni baada ya siku kadha ambapo iligundulika kuwa alipigwa sana kwa amri ya bosi. Mhonga hakupenda wa kulitia doa neno lake hususan wakati wa kampeni. Walitokimezwa wote waliojaribu. Baada ya haya Mhonga aliendelea kukariri aliyoamini kuwa chambo kwa raia. Wengi walikuwa wameminywa ukutani vya kutosha na hivyo wakaamua kuyatoa ya moyoni. Kelele za kumzomea zilianza. Kila mmoja alianza kusonga mbele ya jukwaa kwa ghamidha. Juhudi za askari kuzuia haya hazikufua dafu. Waliokuwa na uwezo walinyakua mawe na magongo na kuyatupa ukumbini.

Kwa kuhofia maisha yake, Mhonga alitumbukia garini na kuondoka. Huku Mhonga akitimuliwa kwa mawe na matusi, Fitini aliinuliwa na kuimbiwa. Kila mmoja alisifia kitendo kile akitumaini mwamko mpya wa kisiasa. Kutimuliwa kwa Mhonga na msafara wake kulizungumzwa kwa marefu na mapana. Ushindi wa Fitini katika uchaguzi uliokaribia ulikuwa wazi kama anga. Kila mmoja alisubiri siku ya kupiga kura. Siku moja asubuhi, zikiwa zimesalia siku chache kabla ya uchaguzi kufika, mama yangu aliokota kijikaratasi nje ya nyumba. Kijikaratasi hiki kilikuwa kimeandikwa kwa rangi nyekundu na kwa hati ya mchakuro iliyosomeka kwa ugumu. Lilikuwa onyo na amri ya waliotoka bara wote kuhama pwani ile ya Kenya. Haikujulikana aliyekileta kile kikaratasi.

Mama alikitwaa na kukihifadhi kwa mtoto wa meza akijua kwamba iwapo jambo baya lingetendeka basi kingetumika kama ushahidi. Siku ya kupiga kura, baba yagu alirauka mapema akawafungulia kuku kilembani mwao na kuwarushia mahindi aliyoyapukusua. Mama alikuwa jikoni kwa wakati ule akiandaa kiamsha kinywa. Baadaye alichukua kitambulisho chake na kadi ya kupiga kura iliyokuwa na nembo ya tume ya kitaifa. Alivalia koti lake na kuondoka. Siku hiyo ilikuwa ndefu kwa kila mmoja. Kiredio cha baba hakikumtoka karibu naye. Matangazo rasmi yalipotolewa usiku wa saa mbili hivi, Fitini alikuwa amemshinda Mhonga kwa zaidi ya mara tatu. Kila mmoja alikuwa na furaha moyoni. Bado naukumbuka usiku ule.

Baada ya shamrashamra za sherehe kuisha, kila mmoja alianza kufurahia mwamko huu mpya. Ulikuwa muda wa kama saa mbili hivi kulipotokea kamsa nyumba jirani. Tulikuwa bado sebuleni na familia yangu. Kwa mara ya kwanza hatukufamu wala kujishughulisha hadi kamsa ile ilipozidi. Mambo yalipoanza kusambaratika, baba aliamua kutoka nje kusikiliza kwa makini kilichokuwa kikiendelea. Nilibaki kimya. Tulimsubiri baba kurudi ndani ila dalili yake haikuonekana.

◆ ◆ ◆

Tulizinduliwa na kilio kilichoandamana na mgoto mlangoni. Niliufungua mlango na mara Komu, mnuna wa Sanjiri, akajitoma ndani akilia huku damu imemziba paji la uso. Maelezo yake hayakuwa dhahiri ila maneno fulani tuliyafasiri na kugundua pia tulikuwa hatarini. Mzee Bukuba na familia yake walikuwa Wanyamrundi kama sisi. Kwa mara ya kwanza, hofu ya ile tahadhari ya siku chache zilizotangulia ilinijia. Nikahofu. Kwa wakati ule hatukujua baba alipokwenda. Lililokuwa la muhimu ni kutoka mle ndani na kutafuta pa kujisalimisha. Maadamu baba alikuwa nje ya nyumba ile, tuliamini alikuwa salama. Mwangaza uliotokana na moto ulikuwa umeenea kila mahali. Ndimi za moto ziliangaza anga kwa wekundu ulioteketeza nyumba za paa za nyasi na makuti.

Majirani waliotuzunguka walikuwa taabani. Utepe ulikuwa umekatika. Pindi tu tulipokanyaga nje tulilakiwa na shambulizi la ghafla. Hali ilibadilika ikawa vilio vya kunusuru maisha. Hatukuwa na bahati sana. Mimi nilibahatika kupenya miguuni mwa haini mmoja aliyekuwa na panga mkononi. Niliokoka ila panga iliniwahi mlundini kwa upande uliokuwa hauna makali. Nilijikaza kisabuni nikachechemea na kukimbia hadi nikatokomea gizani. Nilifululiza hadi bonde moja lililokuwa na maji yaliyotuama. Nyasi zilizosongamana na kujaa pale zilinifunika barabara. Sikujali mikwaruzo ya nyasi mwilini, mbu wala hatari ya nyoka. Lililokuwa la msingi kwa wakati ule lilikuwa salama yangu. Usiku huo nilikesha macho mazito na tafakari ndefu.

Lepe la usingizi lililopenda kuniandama halikufanikiwa kwa ajili ya kibaridi na unyevu wa sehemu ile. Woga niliokuwa nao ulichanganyika na harufu nzito ya moshi na damu mbichi. Mawazo yangu yaliruka huku na kule kwa salama ya wazazi na ndugu zangu. Vilio vya usiku ule vilinipotezea salama. Baada ya hakikisho la pambazuko na utulivu wa asubuhi kubisha, niliinuka taratibu na kuketi. Ilinisadifu kuwa nilipolala, barabara na kichwa changu kilitulia kilima cha kinyesi kibichi nilichokitua pale mchana wa jana yake nilipokuwa nikiwalisha mifugo. Nondo walikuwa wakisukuma maboli kwa nyuma na hivyo kukipunguza kilele chake. Cha ajabu ni kuwa licha ya kulala sawia nacho sikudhurika kwa harufu. Haidhuru!

Nilijipenyeza ingawa kwa maumivu hadi uani. Nyumba yetu moja na jiko pembeni vilikuwa vimelala chini vikifuka moshi ingawa kwa mbali. Kimya asubuhi ile hakingemithilika. Nyumbani hamkuwa na chochote cha maana kwa wakati ule isipokuwa mili ya mama na ndugu zangu iliyolala tuli pale nje, chini ya mtomoko. Majeraha makali ya panga na kiserema yalikuwa barabara utosini kwa kila mmoja wao. Kilio hakikunijia wala machozi kunilengalenga. Nilisalia na majeraha na maumivu tu makali moyoni. Niliangalia kila kitu pale uani nikatamani kulia kwikwi nisiweze. Palinitoka. Ilikuwa tofauti ya saa sita iliyonifanya yatima. Kweli muda adui mkubwa. Nilitamani kumtafuta baba alipokuwa. Sikutaka kutokea njiani kwa kuhofia usalama wangu.

Kijiji kizima kilikuwa kimya, hata wale nyuni na jogoo wa asubuhi pia walijumuika katika maombolezo ya siku. Siku ile iliashiria mwanzo wa maisha yangu mapya, maisha ya kujitegemea. Maisha ya kipweke. Kwa wakati ule, lililokuwa la busara kwangu ni kutafuta pa kujificha. Sikuwa na mwingine duniani niliyemtambua. Nilikosa ramani kwa huo ulimwengu katili. Kutoweka kwa baba pia kuliniingia na kunitia shaka. Niliamini pia kauawa. Kwa mara ya kwanza ilinilazimu kukijua kifo na kukizoea kama moja kati ya uhalisia wa maisha. Mawazoni mwangu nilihiari kwenda mbali tu nisipopajua, bora kuwa salama. Nilipekua kwa iliyokuwa nyumba na sasa kubaki majivu. Sikujua nilichotafuta jaswa ila nilitaka chochote. Kabla ya kukata tamaa niliona kisanduku kidogo cha chuma.

Hiki kiliungua tu na kubadili rangi yake ila kilikuwa imara. Haikuwa vigumu kukivunja na mara lo! Ndanimwe mlikuwa na pesa ambazo sikudiriki kuzihesabu. Hizi ni zile baba alizihifadhi baada ya kuuza mmea wa pamba. Nilizizoa zote na kuzitia mfukoni. Bila shaka zingenisaidia niendako. Nilichapuka na kutoka sehemu ile. Nilipita vichakani, nikapanda na kushuka vilima na viduta. Nilitembea kutwa ile hadi kiza kilipoingia vyema. Usiku ulipoingia nilikwea mti na kulala juu yake. Mapambazuka yalipofika niliendelea na safari na mara nikaitokea njia ulioounganisha Kipini na Witu. Miguu ilikuwa inauma kwa kudungwa na miba mwituni huku mwili ukiwa na uchovu kutokana na harakati zile zote. Haidhuru. Nilikuwa salama.

Niliifuata barabara ile bila kujua kwa wakati ule ilipoelekea. Baada ya saa kadha sikuwa na shaka nilifika Witu, mji mdogo uliosemekana kuwa moja ya miji ya kale pwani ya Kenya. Nilikuwa nimeusikia mara kadha baba alipoutaja alipotuletea labania. Ilikuwa asubuhi saa mbili hivi. Sikuwa na ajenda nyingine. Kwa wakati ule nilihiari kuabiri basi na kuelekea hadi akili yangu iliponituma. Baada ya saa kadha basi lililoelekea Mombasa lilifika. Niliabiri. Kwa uchovu niliokuwa nao haupita muda mrefu kabla ya kulala.

'Mwisho wa safari kijana. Umelala kama mfu!' Niligutushwa na taniboi. Hapakuwa na yeyote basini. Niliteremka kwa wahaka mkubwa. Nilikuwa nimelala kwa saa nyingi. Kwa joto lile mwili ulikuwa umeloa jasho. Tulikuwa nje ya ofisi za Tawakal. Hii ilikuwa kampuni maarufu iliyofanya safari kanda nzima ya pwana kutoka Dar es Salaam hadi Lamu.

'Kijana, yuenda?'

'Ndio!' Niliitika tu bila kufahamu nilichoulizwa.

'Chukua tiketi ofisini haraka!' Alikuwa mhudumu aliyevalia sare ya kampuni. Nilitoa shilingi elfu moja na kununua tiketi ya kuelekea Tanga. Kwa wakati ule sikujua Tanga ni wapi. Lililokuwa muhimu ni kuelekea tu ambapo moyo wangu ungeridhia. Basi lilikuwa tayari kuondoka. Niliabiri na kuketi tuli kwenye takia la nyuma nambari 32. Macho yangu yalinaswa mara na filamu iliyokuwa ikiendelea kwenye kiruninga kidogo mle ndani. Nilikuwa nimesoma na kuona picha yake tu ila huu ulikuwa ustaarabu mkubwa kwangu. Nilipumbazwa na filamu ile ya kichina ya vita. Sikujua mwendo ulivyokuwa. Tulivuka kivuko cha Likoni na kufululiza kuelekea Pwani na kusini. Saa zilipita na mwishowe tulifika Lungalunga mpakani mwa Kenya na Tanzania.

Iliniingia fahamuni kuwa Tanga ulikuwa mji mojawapo inayopatikana pwani ya Tanzania. Kwa wakati ule haingewezekana kuingia Tanzania bila kibali kilichoweza kukupa nafasi ya kuvuka mpakani. Tulihitajika kuteremka. Nilifanya hivyo pia. Wasiwasi ulikuwa mwingi nafsini na hata moyoni. Sikuwa tayari kwa harakati zozote zile. Safari yangu ilikomea hapo. Nilibaki Lunga Lunga kwa jioni ile. Ilinijia fahamu kuwa sikuwa nimetia chochote kinywani kwa siku ya pili sasa. Nilinunua maembe na kuyatafuna. Wasiwasi bado ulikuwa mwingi. Sikuamini yeyote hivyo nilifululiza hadi sehemu iliyokuwa tuli na kulala. Usingizi ulikuwa wa kubahatisha. Mawazo ya yaliyotokea palipokuwa nyumbani yalinijia. Yote yalikuwa mabichi akilini.

Nilikumbuka mili ya ndugu na mama yangu ilivyolala sakafuni. Machozi yalinilengalenga. Kamsa za majirani zilinijia akilini.

Nilishtuka hata zaidi. Sikujiona salama bado. Nilisikiza kwa makini kusudi yaliyonipata yasijirudie. Nilikuwa ange! Sikujua usingizi ulivyoniiba. Nilidamka asubuhi sana jimbi alipowika. Usingizi ulinipotea. Niliinuka na kuanza safari. Nilielekea akili iliponituma. Jua lilipoinuka lilinipata mwituni kwenye sengumbe na miti midogo midogo pasipo na ishara yoyote ya binadamu. Sikujua nilipokuwa. Kila mara nilipowaza, taswira ya mauaji ilinijia na hapo nikakazana mwendo hata zaidi. Nilitaka kwenda mbali ambapo akili yangu ingesahau. Mara moja moja niliwawinda ndege na kuwala. Matunda ya mwituni pia yalinifaa.

Baada ya siku mbili nilifika eneo lililoonyesha dalili za uhai. Hapa palikuwa timboni. Kwa mbali niliwaona wachimba timbo wakipambana na kuvunja miamba na kuunda kokoto zilizobebwa na kusafirishwa mbali. Nilikata kauli ya kujiunga nao. Safari yangu mpya ilianzia hapa. Hii ikawa kazi yangu mpya. Polepole nilisahau yaliyopita na kuyakubali maisha yangu mapya. Nilifanya kazi hii na kwa wakati mwingine nikawa wa kwenda kupakua kokoto hizi zilizopelekwa hadi Tanga mjini. Baada ya mwaka mmoja nikiwa eneo la Tanga, nafsi yangu ilipoa na hapo nikaamua kulitembelea jiji kuu kwa nia ya kutafuta maisha mapya. Nikaingia mji wa Dar es Salaam.

SURA

5

NDEGE YA HELIKOPTA TY056 ilipunguza kasi yake na kuzunguka kwa juu ikijiandaa kutua katika uwanja mdogo wa Mokowe. Ilikuwa yapata saa kumi hivi alasiri ya siku ile. Mpango wa kutua katika uwanja huu ulikuwa bongoni na katika mpango zetu kabla ya kuruka. Baada ya kuwasiliana kwa muda mrefu na Hafidh kisha kumweleza yote tuliyohitaji, alitukubalia kutupa msaada hivyo akatuelekeza kutua katika uwanja huu wa Mokowe maeneo ya Lamu badala ya uwanja mkuu wa Manda. Hafidh alikuwa rafiki ya Fazul wa karibu sana. Mara ya kwanza kuonana naye ilikuwa miaka miwili hivi nyuma alipozuru mji wa 'Dar' kama wengi walivyouita. Alijenga ukuruba mkubwa na Fazul na hapo ndipo tukafahamu kuwa aliishi na mjomba wake mji wa Lamu.

Pindi tu tulipoteremka, Steve alipaa na kurudi zake Tanzania. Hafidh alikuwa akitusubiri. Hatukuwa na wasiwasi wowote kwa wakati ule. Hadhi gani apewayo anayesafiri kwa ndege! Kenya kulianza kuwa kwema. Baada ya kutua tu, maafisa wawili wa polisi waliovalia kiraia walifika kutulaki. Maafisa wale wawili kwa jina Kambona na Mwirungi walituongoza hadi ofisini kama taratibu ya pale pengine kutuhoji safari yetu na ziara yetu. Ofisi ilikuwa tuli. Baada ya kuketi na kuletewa soda tulianza kufahamiana na Mwirungi na Kambona. Ilitubidi kutumia majina bandia na kusema kuwa tulikuwa watalii wa mji wa Lamu kutoka Kakamega, Hafidh akiwa mwenyeji wetu. Tulizungumza na kucheka kwa muda kabla ya Fazul kunigeukia na kunikonyezea jicho.

Nilifahamu maana yake nami nikampitishia mkoba ule uliokuwa na amana tuliyoivuna. Aliuchukua na kufungua kifuko kilichokuwa kando na kuchomoa majani ya noti za Kenya. Alitoa majani manne ya shilingi elfu moja na kuyakunya mara mbili kwa pamoja. Alimnyoshea Kambona mkono ule uliokuwa na noti zile akamsalimu. Kambona aliinuka na kuyachukua kwa bashasha midomoni.

"Chai yenu hii kwa makaribisho mazuri. Twatumai kuonana tena." Fazul alikaulisha. Mwirungi alituhakikishia usalama wetu maeneo ya Lamu nasi tukaridhia. Ilikuwa vyema kutega samaki na kuona wanavyomeza chambo kwa urahisi. Baada ya maongezi tuliazimia kuondoka na ndipo Kambona alipomwagiza dereva kutupeleka kwa gari dogo la polisi hadi jeti ya Mokowe ambapo tulipanda motaboti iliyotuvukisha hadi kisiwani. Kule kisiwani

Lamu, tuliishi ndani ya mojawapo ya hoteli maarufu; Peponi. Tulimaliza siku sita tukiwa mle ndani huku tukisikiza habari zilivyoenda. Kisiwa cha Lamu kilikuwa tulivu kwa kipindi chote tulichokuwa pale. Juma lile lilifungamana na shughuli nyingi za kitamaduni na za kidini.

Kati ya machache yaliyonifurahisha binafsi yalikuwa mashindano ya mashua na yale ya punda. Nilitamani kubaki pale kwa muda mrefu ila hili lingetegemea zaidi na hali ilivyoendelea. Jioni moja tulipokuwa sebuleni tukitazama habari za jioni kwa stesheni moja ya runinga, ilisadifu kuwa habari ambazo tulidhani zilipona zilifufuka tena. Kwa juma hilo moja tulidhani kuwa kufika kwetu Kenya ingekuwa heri kumbe bado mambo yalielekea kutumbukia nyongo. Habari za stesheni ya taifa KBC hazikuwa na mashiko yoyote ila ziligusia jambo ambalo tulikuwa tukilihofia kwa muda. Ilitubidi kubadilisha stesheni ili kupata habari kutoka kwa stesheni ya TBC. Habari zilizokuwa zimegonga vichwa vya habari katika stesheni zote kulikuwa kutorokea kwetu Kenya.

Licha ya kuwa taarifa ya habari ilikuwa imekwishasomwa, maandishi yaliyopitapita kwa runinga vipindi vikiendelea yalikuwa wazi na ya kutosha kutuhakikishia kuwa hatukuwa salama. Ilisemekana kuwa Steve alikamatwa na baada ya kuhojiwa alikiri kutusafirisha hadi mji wa Lamu ambapo iliaminika tulikuwa bado mafichoni. Habari vile vile iliwahakikishia Watanzania kukamatwa kwetu kwa kuwa picha zetu zilikuwa zimefikishwa kwa idara za usalama nchini Kenya hasa mkoa wa pwani tulipodhaniwa kuwepo. Habari hii ilimtia kila mmoja wetu tumbojoto. Tulihitaji kufanya mikakati ya haraka kabla ya maji kuzidi unga. Tulikuwa kama Kaa ndani ya mafuta, bado kutiwa motoni tu.

Baada ya kushauriana tulifikia uamuzi kuwa jambo la busara kwa wakati ule lilikuwa kuuhama mji wa Lamu. Tulikuna vichwa vyetu bila kujua kwa jinsi gani tungeweza kusafiri bila kufahamika. Ilikuwa wazi kuwa macho yote yalikuwa yakituandama. Hakuna jinsi ambayo tungesafiri kwa amani bila kutambulika. Tuliwazia kuruka kwa ndege ila hili lingetubidi kusubiri hadi asubuhi iliyofuta jambo ambalo hatukuwa tayari kwalo. Vile vile usafiri wa ndege ungekuwa hatari kwetu. Tuliamua kwa pamoja kuwa usafiri wa barabarani ungefaa kupitia gari la kukodi. Baada ya kufunganya mizigo yetu michache wazo jipya lilinijia. Nilimwita Fazul ili kumshirikisha.

"Huoni kuwa kukodi gari na kusafiri kwa barabara bado ni hatari?" nilianza kwa kumdadisi ili kumsikia mipango aliyokuwa nayo kichwani.

"Usitie shaka ndugu yangu. Kama ni hela tunazo hata za kuwahonga askari njiani, tena usafiri wa gari ya binafsi hautaibua wasiwasi sana kwa ukaguzi."

"Kumbuka sura zetu zimechapishwa na kuwa twatafutwa kama mavi ya nyangumi." Nilitulia ili kuyapisha maneno yale kutoa maana akilini kisha nikaendelea, " Mimi nawaza tumtumie paka kumvusha panya" "Ni kitambo tangu kuzungumza na inspekta Kambona na Mwirungi. Kumbuka walituahidi kutusaidia kwa lolote kuhakikisha tu salama. Vile vile walituhakikishia urafiki wetu. Si Kambona alikupa namba yake ya simu? Waonaje tukatafuta msaada wao wa usafiri?"

"Bado sijakuelewa braza. Ndio, waweza kuwa rafiki ila watatusaidiaje?"

"Kumbuka wote walituambia wanaishi humu kisiwani. Hatujawahi kuwasiliana siku ya nne hii tangu ulipompigia Kambona. Nadhani bado mapema. Saa moja unusu sasa. Waonaje tukiwaita wote sasa hivi kwa chajio kisha tuwaombe msaada wa gari la serikali kutusafirisha leo usiku hadi Mombasa ambapo asubuhi tutaabiri gari la kwenda tupendapo. Kwa kutumia gari la serikali itakuwa vigumu kukaguliwa njiani. Tunahitaji kuwadanganya kuwa ni dharura na kukohoa kiasi kizuri cha pesa. Waonaje? Fazul alitikisa kichwa kukubaliana na wazo lile. Alinikumbatia na mara moja kumpigia inspekta Kambona. Tulianza kupanga vyema namna ya kuwapokea na yepi ya kufanya punde tu wageni wetu watakapofika.

Kwa muda tulipokuwa tukiwasubiri, tulishauriana jinsi tungeweza kusafiri hadi Kitale maeneo ya Cherangani, mji uliokuwa na sifa za kipekee ambapo tungejificha kwa muda hadi habari kutulia. Sote tulikubaliana na wazo hilo. Hatukuwa na uhakika wa kupata msaada wa Kambona na Mwirungi ila tulizidisha tu matumaini. Tulimwita Manu aliyekuwa bado chumbani na tukaketi eneo lililokuwa na meza moja iliyozungukwa na viti sita, pembeni kabisa, mahali palipokuwa na mwangaza hafifu. Mhadimu alituletea vitafunio vya kuweka subira tukiwangoja marafiki zetu. Mazungumzo yetu yaliendelea na baada ya dakika kumi hivi wageni wetu walifika na kuelekezwa tulipokuwa. Walitufikia kwa tabasamu nyusoni nasi tukasimama kuwakaribisha.

Kambona alikuwa amevalia shati jepesi la kahawia lililokuwa na vifungo vya samawati, miwani mieusi machoni na suruali ndefu nyeusi ya lasi. Tambo lake nene lilimtoa vizuri ndani ya mavazi haya yaliyovutia. Kwa upande mwingine Mwirungi, bwana mwembamba kiasi hivi alivalia kofia ya mfutuko wa juu. Tofauti na Kambona, yeye alikuwa na shati nyeupe na suruali ya jinzi. Kwa mwonekano wake hungeweza kumfananisha na afisa wa aina yoyote. Wote wawili walikaa mbele sawia na tulipoketi mimi na Fazul, kuumeni aliketi Manu. Kikao chetu na inspekta Kambona na Mwirungi kilijaa vicheko na utani wa aina yake. Meza tuliyoizunguka haikusita kujaa chupa za vinywaji vya aina aina kama alivyopendelea mnywaji na sahani za kauli, visosa na vikombe.

"Inspekta, nadhani hamkushangazwa na mwaliko wetu huu wa ghafla. Poleni!" Fazul alianza kutania. Mwirungi alitoa kiberiti mfukoni na pakiti ya sigara aina ya Sport. Aligotagota juu ya pakiti na sigara tatu zikachipuka. Akachomoa moja na kuitia mdomoni huku kiberiti kikitumika kuiwasha. Alivuta mkupuo mmoja mkubwa kisha akawachilia wingu la moshi mweupe kupaa.

"Hata! Wajua ni kitambo toka tuliposhiriki meza moja nanyi marafiki zetu sasa. Ni furaha kuwa nanyi..."

" Kabisa! Wajua ni nadra kupata marafiki wa kweli na kushiriki kwa chakula. Utapata wakati mwingine iwapo yupo anayehitaji msaada wetu ndipo atakualika, na wajua ni rahisi kumfahamu." Kambona alimalizia baada ya kumkata kauli Mwirungi. Nilijaribu kutafakari maneno yake nikapata mshabaha mkubwa kati yake na azma yetu.

"Hapo ndipo wengi hukosea. Urafiki si wa aina hiyo. wajua mmekuwa marafiki wazuri kwetu kwamba hata tukitoka tutawakumbuka sana, pengine tukarudi." Sote tulicheka kwa sauti. Kilikuwa kicheko cha stihizai. Baada ya hili na lile, Fazul aliliweka wazi.

"Wangwana, mwaliko wetu wa ghafla una sababu. Wakati wetu wa kuondoka umefika." Alisita akawacha watafakari maneno yale kisha akaendelea.

"Tumepata simu ya ghafla hivi jioni, kuna mambo ya dharura yanayohitajika kufanywa nyumbani."

Kila mmoja alishusha pumzi nzito. Kambona aliyekuwa kaduwaa wakati huo wote alikuwa wa kwanza kuuliza.

"Ghafla sana. Kwema kweli? Nadhani ni haraka mno kiasi kwamba hamjamaliza kuona wema wa Lamu. Kunani, pengine twawezasaidia hata kwa kuvuta ngalawa!"

Swali lilikuwa barabara kwa wakati wake.

"Naam, ni dharura tu. Ni mambo ya kikazi wajua tena sote ni wamoja. Hivi twahitajika kesho alasiri. Twapanga kuondoka hivi leo baada ya kikao hiki ila tatizo linatukumba kwa namna ya usafiri. Ndege hatuwezi kupata hadi kesho na magari ya kukodi ni balaa wajua."

"Mbona msindoke hiyo kesho kwa ndege, ni nafuu!" jibu la Mwirungi lilitukaba koo ila Fazul alikuwa mwepesi wa kuyajibu.

"Vyema na tuliliwazia hilo ila kazi yetu ina tawi moja Mombasa ambapo kuna shida. Lazima tuparaukie kushughulikia tatizo kabla ya kurudi bara. Njia tu iliyoko kwa dharura hii ni kusafiri kwa gari leo usiku."

"Na mmepata gari? Nadhani si hoja tw'ezawasaidia kwa gari la serikali na dereva mkiweka mafutaa". Mioyo yetu iliingia wepesi ikawa kama iliyomwagiwa maji maenge. Chuma kilikuwa kishapata bado kukunjwa tu.

"Nadhani mtakuwa mmetusaidia sana. Mafuta si shida hata kidogo. Tutatia na kuwapa akiba."

"Vyema. Nitampigia dereva awapate Mokowe jeti mkitoka tu. Nadhani sawa. Urafiki ndio huo, wa kusaidiana kunapo shida." Fazul alichopeka mkono mfukoni akatoa shilingi elfu thelathini za Kenya na kumkabidhi Kambona. Alikuwa amekwisha kuziandaa mapema.

"Nadhani yatosha mafuta."

Saa tatu unusu tuliagana. Tulipeana mkono wa buriani. Tuliingia ndani na kumaliza shughuli tukawa tayari kuondoka. Tulitoka bila hata taarifa kwa wenye hoteli. Fazul kama kawaida yake alinipa mkoba kuubeba naye akatenga pesa za njiani na za dereva. Saa nne juu ya alama vijana watatu na dereva walikuwa ndani ya gari kuelekea Mombasa.

♦ ♦ ♦

Siku ile tuliyoondoka Lamu na kuelekea Mombasa ilikuwa ya aina yake. Tulipita vizuizi kadha barabarani kwa vile tulikuwa na nembo ya GK. Saa kumi alfajiri ilitupata eneo la Mji wa Kale, Bondeni Mombasa. Dereva wetu, Malik, alilipinda gari kuelekea barabara ya Digo hadi kuliko mzunguko wa barabara ya Makutano. Alilipinda kushoto na kufuata Kenyatta Avenue. Muda mfupi baadaye tulikuwa kwenye kituo cha mafuta cha Kobil, Mwembe tayari. Hapa palitufaa. Dereva alitia nanga yake nasi tukateremka. Malik alifululiza kuelekea mzunguko wa pili akiwa mwenye bashasha baada ya kupokea majani mawili ya shilingi elfu moja. Tuliivuka barabara kwa upande wa pili na kujitoma ndani ya mgahawa ule mdogo uliokuwa wazi karibu na ofisi ya basi la Simba.

Kwa kuwa ilikuwa mapema, tulikuwa wateja wa kwanza wa Mariamu. Tuliandaliwa mahamri moto kwa chai. Tulikata tiketi za basi la kampuni ya Simba, basi lililokuwa likiondoka kuelekea Nairobi saa zile. Tuliabiri na punde tukawa safarini. Tuliazimia kufika Nairobi na kutafuta gari la kuelekea Kitale kwa haraka. Kila mmoja alipumua vyema sasa huku tukijua mambo yalitengea. Joto la asubuhi hiyo lilizimwa na kibaridi kizuri cha kiyoyozi cha basi lile. Basi liliteleza taratibu kwa safari ndefu iliyokuwa mbele. Siku ilikuwa tuli kwa kelele za miji. Basi halikuwa na abiria wengi tulivyotarajia. Tulipokuwa eneo la Kibarani tukikivuka kisiwa na kukanyaga bara ya pwani mawazo yangu yalianza kuambaa.

Kichwa changu kilisalia dirishani kuangalia mandhari ya maeneo ya changamwe hasa mitaa iliyoonekana kwa mabati makuukuu. Nilikumbuka siku za ukembe wangu, nyakati tulipokuwa na mchezo mchafu wa kurusha mawe kwa paa za jirani zetu. Mili yetu ilizoea kuchapwa ila ilijikomaza na kulemaa. Mimi na wenzangu tulivaa kaptura iliyokatwa muundini. Suruari hizo zilijaa viraka vya kila aina na ukubwa pote makalioni. Zilikuwa nyakati ambapo hatukukosa manati shingoni huku mifuko ya suruari ikijaza mawe. Tulizunguka mchana kutwa kutafuta nyuni na kuwaangusha kweli kweli. Jioni tulipokuwa tukirudi makwetu, tulivurumisha dhoruba ya mawe juu ya paa za watu. Familia yake Mbesa ilikuwa moja kati ya familia zilizosifika kwa upeo wao kiuchumi.

Mzee Mbesa aliheshimika mtaani hata kupewa cheo cha kiongozi wa jopo lililotatua matatizo ya jamii. Nyumbani kwake Mbesa kulikuwa na nyumba mbili za paa la bati. Zilizokuwa miongoni mwa idadi chache ya wanakijiji waliokuwa na nyumba za sampuli hii na ambapo yeye Mbesa alijisifia kuwa ni yeye aliyeziezeka paa. Mzee Mbukala alikuwa wa kwanza kuezekewa nyumba kwa paa la bati pale kijijini. Kwa vile wakati ule Mbesa alikuwa kaishi mjini kwa miaka kadha, alipewa kandarasi ile naye akatekeleza wajibu wake bila kusita. Kwa wakati huo, nyumba ya Mbukala ilikuwa kitambulisho "....utaona nyumba yenye paa la bati"

Utundu wetu wa kusumbua majirani kwa mawe ulikoma siku ile tulipokusanywa na kuchapwa na wazazi wetu nyumbani. Zaidi ya kichapo kile, kulifuata adhabu ya kufanya kazi kubwa kwa siku mbili mfululizo. Ilitubidi kuomba radhi bila kushurutishwa. Toka siku hiyo nikikumbuka mchezo mui huhisi kama aliyeumwa na nyoka kisha akaona ung'ong'o. Nilijipata nikitafakari shairi alilolipenda bibi zamani kabla ya mauko yake

Ratili kwangu nyepesi
Kuniwia ule wa ukosi
Yenyewe kubeba balasi
Uzito wa nanga na lasi
Yasta'mili kuvimba

◆ ◆ ◆

Kikosi kizima cha wanamaji kilikuwa kimezamia safari ndefu ya nchi ya Magharibi. Rafiki yangu wa karibu Mwinga alikuwa kinara wa kikosi hiki. Mara tulipotoka bandarini kila mmoja alikuwa na matumaini makubwa kwetu. Si watoto tu bali pia wazee walisimama gatini kutupungia mkono wa buriani huku wengine wamejivika nyuso za huzuni na pengine wengine nyuso za furana, matumaini na ushindi uliotarajiwa. Mashua mpya tuliyokuwa tunaitumia kwa safari hii ilikuwa imesafiriwa mara moja tu wakati wa majaribio. Tuliihitaji mashua ile kwa vile safari yetu ilikuwa ya moshi, huenda tusirudi tena. Mwendo ulikuwa wa taratibu kwa vile upepo haukuwa ukivuma kwa kasi.

Nilifungua mkoba wangu uliokuwa na chakula, kitabu cha Kilsman Bendert, ramani, kisu na ala nyingine ndogo anazoweza kujihami nazo mwanamume yeyote yule akiwa safarini. Niliufungua mkoba na kilichoonekana kwa mara ilikuwa picha yangu, mke wangu na binti yangu wa pekee, Mariamu. Nilivutiwa na kicheko cha mke wangu Dontila aliyekuwa amevaa rinda la kijani kiwiti, lenye viua vidogo vidogo vyekundu sehemu ya kifua. Nilimpenda mke wangu Dontila jinsi nilivyoipenda nafsi yangu. Mimi na Dontila tulikuwa wasafiri wa uhalisia waliosafiri safari ndefu ya kinadharia na ya hisi. Nilikuwa na kila sababu ya kumpenda. Alikuwa mwanamke mkakamavu na mwenye kutia moyo. Niliiangalia picha ile kwa muda na hata ikawa kama niliyekuwa namwangalia mke wangu kikweli.

Nilimwona akinipungia mkono kuniaga. Nilimwona na binti yangu akiangua kilio. Nilihisi mke wangu akinijia na kunipiga busu la shavu. Nilikuwa nikitiririkwa na chozi la kweli kwa kuwa nilikuwa nikiwaacha bila kujua iwapo ningerudi salama. Dontila alinipenda na alinitaka kuwa shujaa na tayari kama askari yeyote yule aliyejitoa sabili kuitetea milki yake. Alinihimiza na kunitia moyo. Licha ya kuwa nilitaka kuisusia safari ile, kwa maneno yake nilihiari na kukubali shingo upande. Nilizinduliwa toka kwa mawazo na tafakari lile kwa kikohozi cha Mwinga aliyekuwa kasimama nyuma yangu kwa muda mrefu. Baada ya kuhakikisha nimeondoa mawazo kwa mke wangu, alichuchumaa na kunyoosha mkono kuitaka ile picha. Nilimpa. Aliitazama tena na kisha akasimama.

Hakusema neno badala yake alichopeka mkono katika mfuko wa shati lake na kutoa karatasi iliyokunjwa mara nne na kunipitishia. Niliikunjua na kuitazama. Ilikuwa ramani, bila shaka ya tulipokuwa tukienda. Ramani yenyewe ilionyesha kila tulichohitaji kama wanajeshi ili kufanya uvamizi katika miliki ya Kikonza. Kilikuwa kibarua kigumu ila kisichohitaji kikosi kizima cha wanajeshi. Sisi wanajeshi wanamaji tisa tulitosha kufanya harakati ya kumwokoa binti ya mfalme Gondwa toka mikononi mwa mfalme Shwatil aliyemteka kwa maslahi yake ya kibinafsi.

Kulthum, binti wa pekee wa mfalme Gondwa alitekwa na askari wa kikonza miezi mitatu imepita; siku ile Mudiri wa baraza kuu la mfalme Shwatil lilipoizuru miliki ya mfalme Gondwa ili kumrai kukubali kutia sahihi kuidhinisha biashara baina ya miliki hizo mbili. Mfalme Gondwa hakuwa mwepesi wa kukubali hatua ile. Hila ya mfalme Shwatil ya kuteka miliki nyingine kwa njia ya biashara ilikuwa wazi kwa serikali. Kwa wakati ule alikuwa amekwisha kunyakuwa miliki mbili za Magharibi na Kaskazini mwake na sasa alikuwa kwetu. Mfalme Gondwa alikataa katakata kutia sahihi na kumwomba mudiri mkuu wa baraza la miliki ya kikonza kurudi kwa amani.

Kwa vile wakati wa kutoka au kuingia kulingana na sheria za miliki nyingi ilikuwa usiku, basi iliwalazimu wageni kupumzika hadi usiku. Ilibainika kuwa binti Kulthum wa mfalme Gondwa alikuwa nje ya Kasri kwa matembezi. Alipokuwa akirudi ndani, askari wa Shwatil walimteka na kumpulizia dawa iliyomfanya kulegea na kulala. Dawa ile ilikuwa na uwezo wa kulevya kwa saa nyingi. Usiku mkuu ulipoingia, lango la kasri lilifunguliwa kuwapisha kutoka. Mizigo yao mingi ikiwemo ile waliyopewa kama zawadi kutoka kwa mfalme Gondwa ilitumika kumfichama binti Kulthum. Baada ya saa chache wageni waliinua nanga kuelekea kwao Magharibi. Asubuhi kulipokucha ndipo Mfalme Gondwa alipopashwa habari kuwa binti yake wa pekee Kulthum alikuwa katoweka.

Tetesi za mle ndani kwa walinzi zilisema alionekana akirudi ndani kama alivyofanya mara kwa mara. Kwa mara moja, kupotea kwake kulihusishwa na ziara ya mudiri wa Kikonza na jeshi lake. Yalikuwa majonzi makuu kwa Ufalme mzima wa mfalme Gondwa kwa kutekwa kwa binti yake Kulthum. Ilikuwa ni kebehi kwa utawala wake na kwa jeshi zima kwa kuzidiwa maarifa na walinzi kumi na wawili wa mudiri. Majuma matatu baadaye mjumbe wa miliki ya Kikonza alifika na ujumbe wa mfalme Shwatil. Ilikuwa barua fupi iliyoandikwa kwa dhihaka. Mfalme Gondwa, Masikitiko yangu kwako kwa huzuni inayokupata. Kutekwa kwa binti yako Kulthum si lolote la kuhuzunikia bali mwanzo wa ngoma, lele itakuwa siku ntakapokanyaga mguu wangu katika ufalme wako na kuinyakua milki yako kuwa yangu.

Haya yote pengine ungeyaepuka kwa kutia sahihi kwa mapendekezo yangu ya kibiashara. Sikukebehi ila ona jinsi itakavyokuwa rahisi kwangu kunyakua milki yako; kama ilivyokuwa rahisi kwa askari wangu kumi na wawili kuwazidi maarifa jeshi lako lote na kumteka Kulthum, vivyo hivyo ndivyo ntakavyokuteka uwe mateka wangu muda si mrefu Mfalme Shwatil. Ilikuwa barua iliyomfanya mfalme Gondwa kusikitika sana. Kwa vile mjumbe hauwawi basi aliruhusiwa kurudi bila swali lolote. Baada ya mashauriano na wakuu wa baraza na washikadau wote, suluhu liliafikiwa. Kutumia nguvu hakungesuluhisha jambo kwa kuwa kikonza ilikuwa maarufu kwa kikosi chake kikubwa na thabiti ilichoridhi toka kwa mateka wake.

Vile vile, kutumia nguvu kungeweza kuhatarisha maisha ya binti yake Kulthum. Mashauriano marefu yalileta suluhu moja kuwa askari wangetumwa kumnyakua kisiri binti Kulthum toka mikononi mwa mfalme Shwatil, na iwapo makabiliano yangetokea basi yangekuwa pale ndani ya kasri tu. Mipango ilianza kupangwa. Ilisadifu kuwa amiri jeshi mkuu wa zamani wa ufalme wa kikonza aliyeiasi nchi yake alitoroka na kufika miliki ya Gondwa. Sababu za uasi wake ilikuwa ni baada ya fadhila zake za miaka mingi kulipwa na kifo cha kikatili kwa familia yake, mauti aliyoyaidhinisha mfalme Shwatil. Baada ya kusimulia kisa chake, mfalme Gondwa alimruhusu kuishi milikini mle chini ya ulinzi. Amiri jeshi huyu mstaafu ndiye aliyeombwa ushauri naye akatoa ramani ya kuingia Kikonza.

Ramani ile iliyokuwa moja tu katika Ufalme ule ilichorwa zamani na ilitumika na wafalme wa zamani na kwa kusidi hilo, ililindwa zaidi. Ramani ya kuingia kasri la Kikonza ilikuwa kuukuu. Ilionyesha njia zote yakiwemo mapango, mitaro na mahandaki ya ndani kwa ndani kutoka ufukoni hadi ndani katikati mwa kasri. Iliaminika hakuna hata mmoja aliyewahi kupita mle ndani wala kujua njia hizi za maficho zilivyokuwa. Hivyo basi baada ya kutoa ramani hii, kulihitaji kutumwa mpelelezi ali kutambua chumba mahususi alimokuwa binti Kulthum. Mpelelezi alitumwa na kupewa alichohitaji. Siku nyingi zilipita hata ikahofiwa kauawa.

Kabla ya wengi kukata tamaa, mpelelezi yule aliwasili na habari kem kem zaidi ya ilivyodhaniwa.

Ilisadifu kuwa chumba alichofichwa Kulthum kilikuwa cha siri, chumba mojawapo ya vyumba walimoishi wana wa mfalme Shwatil. Ilibainika kuwa katikati mwa chumba kile ndipo lango la lile handaki lilipokuwa. Amiri jeshi aliita wakuu wa vikosi vyote na kufanya mashauriano. Kulihitajika kutumwa kikosi cha askari stadi na makini ambao wangesafiri kumuokoa Kulthum. Kutokana na mchango wangu mkubwa, niliteuliwa kuwa miongoni mwa kikosi kitakachoendesha operesheni hii. Baada ya mipango na matayarisho na mazoezi ya siku nyingi, tuliitwa kupewa mwelekeo. Mwinga alikuwa kiongozi wetu. Safari ya hadi miliki ya kikonza ingetuchukua kati ya saa kumi hadi kumi na nne kwenye mawimbi makali.

Usiku wa kuamkia siku ya safari nilishinda na mke wangu Dontila aliyenipa moyo na kunihimiza kushiriki kikamilifu shughuli iliyokuwa mbele yetu. Sikuwa na njia na ndiposa kwa sasa nilikuwa safarini na wenzangu kuelekea huko. Ramani hii ndiyo alinipa Mwinga. Nililitazama tena lile handaki ambalo tungelitumia. Niliisahau picha ya mke wangu iliyokuwa ikinihuzunisha nikaangalia mkobani kurunzi yangu na kuifanyia majaribio. Kwa vile tulitarajia kufika usiku wa giza nene, tulihitaji kurunzi zenye mwangaza wa kutosha. Tulikuwa tumefika katikati ya safari na giza lilikuwa likikaribia kuingia. Wingu jeusi angani lilikuwa limeanza kufunguka huku mweso ukisafisha kila sekunde. Upepo mkali ulikuwa ukivuma na kutusukuma kwa mbali.

Tulijaribu kwa nguvu zetu kupinda kitambaa cha mashua ila ilituwia vigumu. Mashua yetu liliyumbishwa kama tia angani. Tuling'ang'ana kuyazoa maji yaliyokuwa yakiingia kwa mashua yetu. Baada ya kubaini juhudi zetu zilikuwa kazi bure, tulihiari kupiga dua huku tukikazana kuondoa maji yaliyokuwa yakiingia ndani ya mashua. Mara kilifika kimbunga chenye mawimbi makubwa na kuizoa mashua na kuipindua. Baadhi ya wenzetu waliokuwa si wazoefu wa kuogelea maji mengi walianza kumeza mafunda mengi ya maji. Giza lilikuwa limefunika dunia nzima huku mvua ikiondoa ukimya wake. Vita vilivyobaki vilikuwa vya kuzinuru nafsi. Mimi nilikazana kulishika jahazi kwa upande mmoja. Wenzangu waliokuwa kwa muda waking'angana kuyachapa maji walikuwa wametoweka na kusukumwa mbali.

Hakuna hata mmoja niliyemsikia. Nilishikilia jahazi kwa saa mbili nzima. Juhudi zangu za kulipindua ziligonga mwamba. Bahari ilikuwa baridi kiasi cha kuzizima mwili na kuibua chunusi mwilini. Mikono ilikuwa imekufa ganzi nayo njaa ikizidisha udhaifu. Mara kilikuja kimbunga kingine kikubwa kuliko kile cha kwanza. Jahazi lililokuwa likielea lilipigwa kumbo nami nikazamishwa. Niligubia maji nikijaribu kujiopoa kwa hali yangu dhaifu. Nilishindwa. Kabla sijakata tama, nilimkumbuka mama yangu. Nilitaka kumuita angalau anusuru maisha yaliyosalia utepeni. Nilifungua kinywa kilichokuwa kikimeza maji na kujaza tumbo. Sauti haikutoka. Mara ya pili, bado haingenitosha. Niliongeza nguvu na kuita kwa nguvu zaidi, Mamaaaa!

Nilizinduliwa toka usingizi ule wa mchana na Fazul aliyenitikisa na kulitamka jina langu. Niligutuka nikapumua kwa nguvu. Uso ulikuwa umelowa jasho kwa ndoto hiyo ya kutisha licha ya kibaridi kilichokuwa mle ndani kupoza joto la saa tano. Fazul alinicheka huku akinipitishia maji.

"Bado na ukubwa wako hujaacha kuota! Tena ndoto ya mama!' Sikujibu. Moyoni nilimshukuru kwa kunitoa kwa mauti na kunileta kwa ulimwengu halisia. Sikusema kitu. Nilikata kikaratasi kilichofunga funiko ya chupa ya maji na kuyagugumiza kooni. Mara basi lilipunguza mwendo na kisha kusimama. Kwa wakati ule tulikaribia eneo la Manyani, si mbali sana na mji wa Voi. Kila mmoja alishangaa akabaki kuuliza. Wengine walisimama na kuchungulia kwa mbele kilichokuwa kikiendelea. Kabla hatujaamua la kufanya tangazo toka kwa taniboi lilisikika kuwa kila mmoja alipaswa kuteremka, kitambulisho chake mkononi kwa ukaguzi. Moyo ulinienda mbio. Fazul alisimama na kuangalia mbele. Kikoa cha askari kilikuwa mbele yetu kikikagua abiria waliosafiri siku ile.

Basi letu liliegeshwa kando ya barabara katika msururu mrefu wa magari yaliyokuwa yakikaguliwa. Abiria waliteremka garini. Sisi bado tulibaki kutafakari lipi la kufanya. Katika hali ile ya kuwazia la kufanya, askari mmoja aliingia ndani ya gari na kutukemea. Kabla ya kuteremka alipinda kichwa akatuangalia tena. Aliteremka ghafla kama aliyezinduliwa na kumwendea mwenziwe aliyekuwa akinakili mambo fulani ndani ya kijidaftari kidogo. Huyu alikuwa na sare tofauti na wengine. Kuteremka kwetu kulishinikizwa na amri iliyotolewa kwa sauti ya kipaza sauti. Tulilakiwa kwa mitutu ya bunduki tuliyoelekezewa. Tulisalimu amri kwa kuinua mikono yetu juu. Tulitiwa pingu mikononi na kusukumwa kando. Tulisukumwa kwenye gari la polisi huku mifuko yetu ikichukuliwa.

Kutoka mle ndani niliweza kumwona mkuu wa wale polisi akikagua mifuko yetu huku kinywani amevaa tabasamu. Tuliandamana kurudi Mombasa. Gari tofauti lilibeba mifuko tuliyoibeba. Maji yalikuwa yamezidi unga. Niliifananisha safari yetu ya kurejeshwa Mombasa na ndoto niliyokuwa nikiota. Nilianza kuona uheri wa kufa maji kuliko haya yaliyokuwa mbele yetu. Nilimuangalia Fazul. Alikuwa kimya.

♦ ♦ ♦

Tulikuwa tumesimama kizimbani katika Mahakama ya mwanzo mjini Dar es Salaam tulipokuwa tukisomewa mashtaka kisha hukumu kutolewa. Hii ilikuwa mara ya pili kuletwa hapa. Mwezi uliopita tulipokana mashtaka jaji aliahirisha kesi hadi siku ya leo. Leo ingekuwa siku ambapo mashahidi waliosalia wangefika kutoa ushahidi wao na mashtaka kutolewa. Ilitushangaza hasa kuwa kati ya mashahidi waliokuwa wakitolea ushahidi mahakama alikuwa Steve, Kombo na inspekta Mwirungi. Ushahidi na ithibati iliyotolewa ilikuwa ya kutosha. Ambacho kilishangaza zaidi ni kuwa hakuna pesa zilizotolewa kama ushahidi ikisemekana kuwa wakati tulipokamatwa hapakuwa na dalili zozote za pesa.

Tulingoja hakimu kutoa hukumu naye hakusita kusomea mahakama kifungo chetu cha miaka mitatu gerezani. Niliwatazama wenzangu Manu na Fazul kwa huruma. Nilikumbuka hukumu tuliyopewa. Kwa mara nyingine niliona jahazi langu likiwa limezama. Tulipelekwa kwa chumba maalum ambapo tungechukuliwa kupelekwa gerezani. Niliomba kumwona wakili wangu kwa angalau mara ya mwisho na nikaruhusiwa. Niliongea naye kwa muda huku nikimsihi kukata rufaa na kuirai mahakama kuniruhusu kuhudumia kifungo changu nchini Kenya. Wakili aliniahidi kufanya juhudi, na baada ya siku tatu gerezani, nilipata taarifa ya kupata uhamisho kueleka katika gereza la Shimo la Tewa.

♦ ♦ ♦

Kifungo changu gerezani Shimo la Tewa kilikuwa kigumu kwa siku za mwanzo. Jambo la kwanza kupewa baada ya kufika yalikuwa mavazi rasmi ya gerezani; shati jepesi na kaptura nyeupe zenye milia mieusi. Mazingira yalikuwa mageni, ingawa yalifanana kwa kiasi fulani na yale ya gereza la Keko nilipokuwa mwanzo. Kazi ilikuwa ngumu huku shuruti ya kuifanya ikiwa kali. Maisha yangu yalikuwa yamechukua mkondo mwingine aliokuwa mgumu kwangu. Vyakula vilikuwa duni na haba kwa wakati mwingi. Sikuwa na jingine ila kuikubali hali hii mpya na kujipa moyo kuwa maisha yangetengea. Kati ya kazi nyingi tulizofanya ilikuwa kuvunja mawe karibu na timbo iliyo ufuo wa Shanzu kwa muundo ufaao wa kujengea. Vile vile tuliyavunja kuwa kokoto.

Kazi ya kupakia na kupakua mawe na mchanga ilikuwa ya kuchosha. Kwa mara nyingi tulifanya kazi shambani kulima na kupalilia mimea mbalimbali. Miezi michache tu baadaye nilikuwa nimezoea vyema kazi zile. Kauli yangu iligeuka kuwa moja, kutafuta mkondo mpya wa maisha. Nilikuwa nikitafakari na machozi kunitiririrka kila nilipokumbuka aila yangu iliyopotelea mbali kama wingu jeusi. Nilijizoesha kufanya kazi kwa bidii nikijua hiyo ndiyo hatima pekee niliyokuwa nayo. Kwa wakati mwingi wenzangu walitembelewa huku mimi nikibaki tu sikuwa na jamaa. Nilijitahidi kuusahau ulimwengu wa nje kwa kadri nilivyoweza. Nilipafanya gerezani kama kwetu nyumbani, na baada ya muda kweli pakawa mahali pema kwangu.

Licha ya umri wangu mdogo, marafiki wengi waliungana nami huku wengi wakija na kutoka wakiniacha. Wapo waliokuja na kosa kubwa kuliko langu huku wengine wakiwa na madogo na pengine maonevu tu. Zipo nyakati msamaha wa rais ulipita wengi wakaachwa huru. Licha ya kuwa katika hali ya upweke kwa wakati fulani, nilikuwa radhi kubaki mle ndani zaidi ya ulimwengu ule katili. Baada ya mwaka mmoja kuisha, nilijiunga na wengine kwa mafunzo ya taaluma mbalimbali. Kwa vile sikuwa nimesoma zaidi ya shule ya msingi, ilinilazimu kuteua mafunzo ya uashi, uchongaji au yoyote yale yaliyokuwa ya kiwango changu. Si kwamba kusoma kwangu kungeniwezesha kupata mafunzo bora zaidi, la. Mafunzo na taaluma iliyofunzwa ilihusu ile iliyohitaji, ubunifu, nguvu na akili.

Kwa siku za mwanzo nilivutiwa na mafunzo ya uashi. Nilianza kujifunza namna ya kuunda zege kwa maseto ufaao ili kuungia mawe katika kujenga nyumba. Baada ya muda nilibadili nia na kumwomba mkuu wa mafunzo pale gerezani kuniruhusu kujiunga na waliopewa mafunzo ya kuunda samani mbalimbali za nyumba. Niliridhiwa. Kamanda Waruiru alinihimiza kutia bidii. Baada ya miezi michache nilielekea kuwa stadi wa kupiga mbao randa, kuzipiga msasa na kuziunganisha kuwa viti na meza. Tuliunda viti vya ofisi, nyumbani na makochi mbalimbali. Waruiru alipendezwa na kazi na kujituma kwangu. Alikuwa rafiki aliyenishauri kwa mengi. Siku moja alinijia na tukaongea mengi.

'Bado wewe u mdogo. Una maisha bado...muda si mrefu utatoka humu na utahitaji kuanza mwanzo mpya. Ujuzi unaopata humu ndani ni msingi thabiti kwako kupata mwelekeo mpya maishani. Ukipenda kwa mwaka uliosalia jifunze maarifa mengine, Jifunze kitu kingine'

Maneno yake yaliingia vyema akilini. Niliwaza kwa siku kadha kuhusu maisha yangu ya baadaye. Kweli, nilihitaji kujifunza jambo jingine. Ulikuwa mwaka wangu wa mwisho nilipoamua kujumuika na wengine na kujifunza sanaa ya ufuaji vyuma. Uhunzi ulihusisha kuchoma na kuyeyusha vyuma kwa moto maalumu wa gesi na kisha kuunda chombo kingine madhubuti. Kwa wakati mwingi tulifunzwa namna ya kukunja vyuma baada ya kuvichoma kwa kupulizia moto kwa vukuto. Nilichomeka sana siku za mwanzo ila mazoea yaligeuka kuwa ngozi baadaye. Vyuma tulivyounda na kuvichoma au kuvikunja kisha kuunganisha kuunda vitu mbalimbali vya vyuma vilisafirishwa sehemu mbalimbali kwa matumizi.

Ingawa elimu yangu rasmi ilikuwa ndogo, mafunzo niliyopata yalinifundisha mengi ambayo nisingeyapata mahali pengine.

S U R A

6

MWAKA MMOJA ULIKUWA umepita tangu nikamilishe kifungo changu gerezani. Kwa kweli nilijifunza mengi kwa miaka mitatu gerezani Shimo la Tewa. Siku ile nilipotoka pale langoni baada ya kumaliza kifungo ndiyo iliyoashiria uhuru wangu kwa dunia hii, dunia kongwe ila mpya kwa anayeikabili kwa mara ya kwanza. Gereza lilinifunza mengi ambayo singeyapata kwa ulimwengu huu huru. Nilifahamu madhara ya njia ya mkato, njia iliyonifanya kujipata humo. Gereza liliniwezesha kukua kiutu na kutambua bayana lililo jema na ovu. Wakati wangu pale gerezani haukuwa bure kwani uliniongeza maarifa ya useremala, uashi na ufuaji kufua vyuma. Maisha ni kama chupa inayoelea juu ya maji. Ikiwa wazi, hujaa maji na kuzama.

Ikiwa imefungwa vizuri, maji huendelea kuisukuma bila kuizamisha. Nilikuwa mfano wa hii chupa pindi tu baada ya kukamilisha kifungo changu. Nilifunguliwa lango na kuachwa pale nje kwenda nilipodhani pangenifaa. Kwa wakati ule sikujua la kufanya. Sikuwa na ndugu, jamaa wala rafiki ambaye angekuwa pale kunisubiri wala hata kama angekuwepo angenitamani? Mle gerezani kuliondokea kuwa nyumbani. Nilikuwa nimepazoea na kuzoea wenzangu mle ndani. Nilijiona kama aliyetenganisha na ulimwengu halisi. Nguo zangu zilikuwa chakavu na ndogo ila zilinisetiri uchi. Nilitembea taratibu mbali na lango lile ili nivute tafakuri ya wapi pa kwenda au kuanza. Ulikuwa muda wa saa nne hivi asubuhi.

Nilitembea hadi Chuo cha Walimu cha Shanzu na kuketi chini ya mti wa Mkirifi kupunga upepo. Niliketi mahala hapo hadi ilipotimia saa kumi jioni. Njaa ilikuwa inaning'ata matumbo. Shilingi mia mbili hamsini niliyopewa niliitumia kununua maembe mawili nikayatafuna kuipoza. Nilisalia na shilingi mia mbili thelathini. Nilipaswa kuwaza kiume. Kusononeka hakungenisaidia ila kunilemaza na pengine kunirudisha nilikotoka. Nilitaka kuanza maisha upya na kwa namna mpya kabisa. Ujuzi nilioupata kule gerezani ndio ungekuwa msingi wa maisha yangu. Niliinuka na kwa namna ile ile nikaabiri gari lililoelekea Mombasa mjini. Nililipa nauli ya shilingi thelathini hadi mtaa wa Bombolulu. Giza lilikuwa karibu kuingia.

Niliteremka na kutembea kufuata njia kuu taratibu nikisubiri blanketi la kiza kuziba ulimwengu huu wa balaa. Baada ya muda, nilifika mtaa wa VOK, mtaa wenye historia ndefu na ambapo Shirika la Redio ya Taifa lilikuwa. Shirika hili kwa wakati ulivyozidi kusonga nalo lilibadili jina hadi lile linalotambulika sasa kama KBC huku mtaa wenyewe ukikaidi mabadiliko haya. Usiku ulikuwa umefunga anga huku saa zikiwa zimesonga. Nilipitapita vichochoroni mtaani mle chini ya majumba makubwa na madogo nikitafuta mahali pa kujibanza ili kupitisha usiku ule. Nilifanikiwa kuona sehemu iliyokuwa mbali na umati mkubwa wa wapita njia; baina ya nyumba mbili. Usiku ulikuwa mrefu. Nilijibanza pale upenuni.

Kabla ya usingizi kuniandama, maji yalimwagwa dirishani ambayo yalinipata barabara na kulovya shati langu jepesi. Niliinuka ghafla huku nikijaribu kuipepesa shati iliyoloa maji ya makoko na sabuni. Kule juu ya jumba lile, dirisha lilikuwa wazi huku taa ikiangaza. Mara nilisikia sauti ya mwanamke iliyoniamuru kutoka pale chini. Sikuwa na jingine ila kutiii kama mbwa aliyefokewa. Nilitoka taratibu na kutafuta mahala pengine ambapo ningeupitisha usiku uliosalia. Nilifanikiwa kuona mtu mmoja aliyelala nje ya duka moja. Niliona heri kulala pale palipoelekea kuwa salama. Angani wingu lilikuwa limetanda na muda si mrefu mbingu zingefunguka na kuachilia mvua kubwa.

Niliamka asubuhi mapema siku iliyofuata huku jambo la kwanza likiwa kupitapita kujua mazingira yangu. Nilitaka kujua vichochoro mbalimbali na pia kutafuta ujira wowote ulioweza kunikaribisha katika maisha haya mageni. Katika ziara yangu, nilikumbana na karakana moja ya mbao na kando yake kulikuwa na makochi kadha yaliyokuwa nje ya kibanda yalipoundiwa. Nilielekea moja kwa moja na kumpata mzee mmoja, bila shaka mwenye karakana ile. Nilimsimulia ujio wangu pale, ujuzi niliokuwa nao na kwa nini nilihitaji ile kazi ndogo. Mzee yule alinisikiliza kwa makini na akaamua kunisaidia. Kwa ushirikiano wetu uliochochewa na wepesi wangu kazini tuliunda samani nzuri za kupendeza na kwa haraka. Tuliweza kufuma viti kwa ufundi wa kipekee.

Kufika kwangu kulikuwa nafuu kwake. Kuwepo kwangu pale kulibadili sura na kuboresha uzuri wa samani zilizoundwa pale. Siku hiyo alifika bwana mmoja aliyeagiza kufumiwa seti nzima ya makochi ya nyumbani. Mzee karama hakusita kunipa ajira mara moja kwa ujira wa shilingi mia hamsini kutwa, pesa ambazo niliziona nyingi sana kwa wakati ule. Kwa mwezi mmoja uliofuata niliishi kwa mzee Karama. Tulifanya mambo mengi kwa pamoja. Nilifahamu umuhimu wa kuweka akiba hivyo nikajifinya kadri nilivyoweza. Nilifanya kazi kwa bidii kila siku na kuwavutia wengi. Baada ya mwezi mmoja niliweza kukodi chumba changu eneo lile. Siku moja nilipokuwa nikitoka mjini nilikutana na rafiki yangu wa zamani, Mbiera, ambaye tulifahamiana tangu siku tukisoma katika shule ya msingi.

Ilikuwa furaha kubwa kupata jamaa wa karibu, rafiki tuliyesoma pamoja licha ya kuwa alitoka kijiji jirani. Tulizungumza mengi na kutaniana. Mbiera alikuwa rafiki yangu wa karibu sana tulipokuwa shule ya msingi. Urafiki wetu ulikua na kukomaa kwa vile siku nyingi nilibeba ndizi mbivu shuleni nasi tukazishambulia vilivyo. Kwa vile shule ilikuwa karibu na kwao, siku nyingi tuliandamana hadi kwao kwa kishuka huku baadhi ya nyakati tukifika kuangua nazi mbatata. Urafiki wetu ulikatika siku ile siasa za amani zilipotawaliwa na zile za ukabila zao lake likiwa vifo vya jamaa yangu, hali iliyonigeuza maisha yangu.

Kwa wakati ule, Mbiera alikuwa akifanyia kazi mwajiri wake aliyekuwa na kampuni mjini iliyojishughulisha na ufuaji wa vyuma vilivyotumika kama vipuli vya magari. Kiwanda chenyewe kilikuwa eneo la Ganjoni. Baada ya masimulizi yangu, Mbiera alinirai kujiunga naye. Baada ya kuwaza sana, nilihiari kujaribu bahati yangu. Siku iliyofuata tuliandamana na Mbiera hadi kwa mwajiri wake ambaye hakusita kuniajiri mara. Mbiera aliishi mtaa wa Karama Kongowea, hivyo, ilitubidi kurauka asubuhi na mapema ili kuwahi kazini. Nilifurahi kupata ajira yenye kipato cha afadhali. Jioni ilipofika nilirudi hadi kazini kwa mzee Karama na kumueleza yote yalivyokuwa. Karama hakuwa na tatizo ila kunitakia heri na mafanikio.

Hakukosa kuniusia na kunishauri kuwa mtu wa subira asiyeyumbishwa na kila linalong'aa na kuonekana zuri kwa nje. Nilimshukuru kwa kunipa namna ya kuanza maisha ya mjini Mombasa. Pale kwa mwajiri wangu mpya nilizidisha bidii kama kawaida nikijua kuwa bidii ndilo funzo zuri mwanadamu angehitajika kuwa nalo. Kila siku ilikuwa mpya kwangu, kuamka alfajiri kuabiri gari hadi kazini. Saa ya kufunga kazi ilikuwa thenashara ambapo mara nyingi tuliandamana na Mbiera tukatembea kwa miguu hadi nyumbani. Mtindo huu ulinifanya kutowaza jingine zaidi ya kazi. Baada ya miezi miwili, nuru ilizidisha mwangaza na mwajiri wangu kuniongeza kipato kwa kazi niliyoifanya. Hili sikulitegemea sana. Wenzangu waliingiwa na kiroho.

Miaka mingi waliyofanya kazi bila kutambulika ilhali mimi niliyekuwa pale kazini chini ya miezi mitatu ila kipato changu kilielekea kuwazidi. Fitina ilianza pale kazini. Sikupendelea haya hivyo niliona heri shari niliyoizoea. Tezi na omo vilinibudi kurejea ngamani. Mzee Karama hakuweka shaka kunipokea. Aliniridhia kama mwana wa yule tajiri katika biblia aliyefuja mali kwa ukahaba kisha akarejea nyumbani. Kwa wakati huu sikutaka kuangalia nyuma wala kwingine, nilifanya kazi kwa bidii nikitambua kuwa mkono unaokulisha hufai kuunyea. Miezi mitatu baadaye tulipanua karakana ile na pia kuongeza idadi ya wafanyakazi. Tuliajiri vijana wawili ambao tuliwafunza kazi hadi wakapata makali yaliyohitajika. Siku moja ambayo itasalia kwa kumbukumbu iliwadia.

Ilikuwa siku ya Ijumaa muda wa kama saa tisa hivi alasiri. Tulikuwa tukipiga gumzo pale kazini ambapo gari zuri kubwa lililokuwa likipita njiani lilipunguza mwendo na kusimama karibu na karakana ile. Tulijawa na matumaini. Mzee Karama aliingiwa na bashasha kwa kuwa alifahamu ni mnunuzi mwingine aliyefika kwa kuvutiwa na kazi ile. Mama mmoja mnene aliteremka. Alikuwa mweusi wa kadri na mwenye tambo kubwa. Alivalia vazi lefu lililoshonwa kwa kitenge cha Arnani. Aliteremka na kutujia. Baada ya kutuamkua na kupata karibu kutoka kwa mzee Karama, alianza kukagua makochi yale kwa utaratibu na kuyaminya kama maparachichi sokoni. Nilisogea karibu kwa kusudi la kunogesha mauzo.

'Ni mazuri na imara sana.'

Kimya.

'Ungependelea lolote 'ma?'

Kimya kile cha mapuuza kiliashiria kukerwa. Nilinywea na kurudi nyuma kumpa nafasi. Baada ya kumaliza ziara kwa macho aligeuka na bila kuelekezea swali kwa yoyote maalum alitamka, 'pesa ngapi?'

'Elfu hamsini 'ma!'

Sikutarajia ingekuwa rahisi vile. Wengi walizoea kupita wakauliza bei yake na kisha kuondoka kwa ahadi. Tofauti nao, mama yule alichukua mkoba wake na kutoa fundo la pesa taslim. Macho yangu hayakuamini. Licha ya kumtajia bei ya juu kuliko inavyokuwa, haikumpiga mshipa wala kumpa sababu ya kutaka kupunguziwa bei. Kwa mara ile nilijilaumu mbona sikumtajia bei ya juu zaidi. Bidhaa zetu hazikuwa ghali kama zile zilizouzwa kwa maduka ya jumla kama vile Fairdeal ila uzuri wake haukuendana mbali. Baada ya kumkabidhi mwajiri wangu zile fedha alianza kumhoji. Huku kando mimi nilishika hamsini zangu. Sikuelewa majadiliano yao yalihusu nini. Nilibaki kurusha jicho mara moja moja.

Haikunishangaza kuwaona wawili wale wakizungumza na kuitikia na mara kunitazana kwa pamoja. Baada ya mazungumzo ya kina, iliafikiana kuwa gari lingefika jioni ile kuyachukua hadi alipotaka mteja wetu. Jioni ile, mzee Karama alinialika kwake. Haya yalikuwa mazoea yake hususan siku ambazo kulikuwa na mauzo mazuri tukapata chajio pamoja. Tofauti na kawaida, siku ile mambo yalikuwa tofauti. Alinieleza yaliyojiri katika mazungumzo yake na yule mama alasiri ile. Bi. Mwajuma alikuwa tajiri aliyemiliki kiwanda cha kuunda samani za nyumba kilichokuwa eneo la Likoni. Aliuza samani za mbao na vyuma hususan kwa wateja waliohitaji kusafirisha mbali na mji huo. Alitalii mji na kununua bidhaa zilizokuwa imara na nzuri kiwango chake.

'Enhe, ikawaje?' Subira ilianza kunitoka.

'Nilimweleza ufundi wako mkubwa naye akatamani huduma zako katika kiwanda chake.'

'Vizuri mzee ile bado sijaamua kuondoka hapa. Zaidi ya hivyo nilikwishaamua kufanya kazi hapa hapa.'

'Kijana wangu, sina shaka na hilo. Nafahamu kabisa azma yako. Sina neno ukitafuta mahala pazuri kwa kuwa mustakabali wako maishani bado ndio waujenga. Nimemridhia ila uamuzi ni wako. Mimi bado nipo hapa ukipata nafasi usikose kunitembelea. Chukua hii. Ni anwani." Hapo ndipo yalipoanzia. Kesho yake nilielekea na kuongea na mwajiri wangu mpya. Nilifanya kazi kwa muda huku nikijitunzia angalau kiasi kidogo cha fedha za kunifaa nyakati za mbele. Kazi ile haikukosa mawimbi ya sampuli zake. Nilifanya kazi pale kiwandani kwa miaka mitatu, kiasi kwamba nikawa nimeanza kujijenga kimaisha na kuwa mwenyeji. Mambo yalikuwa shwari hadi siku ambapo habari zilifika masikioni kuwa kampuni ile ilikuwa ikifanyiwa upelelezi.

Ilidaiwa kuwa kampuni ile ilijihusisha na usafirishaji wa dawa za kulevya ng'ambo. Nilisoma gazeti moja ambalo lilifafanua kuwa dawa zilihifadhiwa na kufichwa ndani ya foronya za makochi na samani zingine. Kulingana na habari nilizopata asubuhi ya siku ile, Bi Mwajuma alikuwa ametiwa nguvuni huku wafanyakazi wa kampuni ile wakisakwa. Kwa kuhofia usalama, niliapa kutorudi karibu na maeneo yale. Kwa muda wa majuma matatu baadaye nilibaki nyumbani, nikitoka kwa nadra kwa hofu ya usalama wangu. Sikudiriki kutoka hususan baada ya yaliyonipata awali. Niliogopa kutiwa ndani tena. Katika hali ile ya sintofahamu ndipo nilipopata habari kuwa lile wimbi liliisha kwa ukawaida sana, ukawaida uliokuwa mtindo.

Nilipeleleza kwa makini na kupata ukweli wa mambo yalivyokuwa na namna pesa zilivyovunja milima. Nilijitimua kazini na kuapa kutoenda kazini tena. Kwa kuwa sikutaka kurudi kwa mzee karama, niliamua kwa wakati ule kujitegemea kivyangu. Muda haukuwa mrefu kabla ya kupata kazi kwa rafiki mpya tuliyekuwa tumefahamiana kwa miaka miwili, Karanja. Ilikuwa kazi ya usonara huku ujira wake ukiwa wa kijungujiko. Karanja alikuwa ameianza kazi ile ambapo vyuma alivifua na kuwauzia mafundi wa baskeli, pikipiki na magari. Kujiunga naye kulimaliza hazina yangu ili kuongeza vifaa vya kazi, ila nilijua kuwa siku moja mambo yangetengea. Mimi na Karanja tulikuwa mafundi wazuri na muhimu. Alinifaa kwa mengi.

Tuliamua pia kuanza kozi ndogo kwa kuwafunza vijana wengine waliohitaji kuuelewa ufundi ule kwa ada kidogo. Karanja aliwapa vyeti wote waliohitimu vyema. Ni kupitia njia hii ambapo nami pia nilijipatia cheti changu, cheti ambacho baadaye nilikitumia kutafuta kazi kwa kampuni maarufu nchini ya Motor Vehicle Assembly pale pale Mombasa. Kazi hii ndiyo iliyofungulia milango mipya. Nilifanya hii kazi kwa muda wa miaka mitano. Ujuzi niliokuwa nao uliniwezesha kuwa maskini wa pesa ila tajiri wa maarifa. Kampuni niliyoifanyia kazi ilikuwa ikijishughulisha na uunganishaji wa vipuli mbalimbali vilivyonunuliwa kutoka mataifa ya nje na kuunda magari.

Miaka mitano ilipoisha nikiwa mwajiri pale, taifa la Kenya kwa ushirikiano na la Japan lilizindua teknolojia mpya na rahisi ya kufanya kazi kubwa tulizozifanya kwa wakati mfupi. Wafanyikazi wengi tulihasirika kutokana na mbinu hii mpya. Nilipoteza ajira kipindi hiki huku waliosalia wakiwa wale waliokuwa na elimu ya juu na wale walioiendesha mitambo ile. Mwungwana akivuliwa nguo huchutama. Hii ndiyo hali iliyonikabili baada ya kujipata nje tena bila ajira. Maisha yangu yalikuwa haya tena. Kuajiriwa na baada ya miaka kadha unaipoteza ajira. Tofauti kwa mara hii niliamua kuchukua mkondo mpya. Miaka zaidi ya kumi niliyoishi Mombasa ilikuwa imenifunulia mengi na kunifunza mengi kwa wakati ule ule.

Niliamua kufungua karakana yangu ndogo kama ile ile ya Karanja mtaa wa Bamburi. Nilitumia akiba niliyokuwa nimejihifadhia kununua kila nilichohitaji na kulipa kodi iliyohitajika kuanza biashara. Ilikuwa rahisi kwa kuwa ujuzi na maarifa ya sehemu za kuuza nilikuwa nao. Nilifuma vyuma na kuviunda mseto mwema na maumbo mbalimbali. Muda si mrefu jamaa mmoja aliyekuwa makanika na fundi wa magari alifungua duka lake karibu na sehemu niliyokuwa. Ilikuwa rahisi kupata malighafi aliyohitaji kwa haraka na karibu. Wateja walikuwa wengi, hasa mafundi wa magari waliokuwa wakifanya kazi katika gereji za eneo hilo. Baada ya muda mfupi, kazi ilipanuka na kusitawi.

Miaka miwili baadaye niliamua kuhamia mji wa Thika nilipohisi nafasi ya kazi ingekuwa bora zaidi ya pale nilipokuwa. Thika ulikuwa mji maarufu nchini hasa kiufundi. Vyuo vingi vilielekea kufunguliwa katika mji ule huku magereji mengi yakiwemo humo. Zaidi ya hili, rafiki yangu tuliyefahamiana kupitia kazi hii alinifahamisha ujuzi wa kufua vyuma haukuwa umeenea zaidi sehemu ile. Niligeuka kuwa mvuvi baharini aliyeangalia mawimbi na ndege angani kama dira ya samaki walipopatikana kwa wingi. Nilihamia mjini Thika, na kwa fedha nilizokuwa nazo nilianza kwa kununua kiwanja na kisha kuanza kazi pale. Baada ya miaka kumi na mitano mjini Mombasa, nilijua ulikuwa wakati wa kuanza ukurasa mpya.

SURA

7

SAA TATU JUU ya alama ilinipata katika lango la jumba lililokuwa ofisi ya pale kazini. Gari aina ya Mitsubishi, jeusi lenye magurudumu manene liliteleza taratibu hadi maegeshoni. Nilifungua mlango na kutoka kisha nikamalizia kwa kutumia ufunguo kufunga kwa kubonyeza kidude, gari likatoa sauti kama mbuzi aliyekata roho. Nilitembea taratibu na mkoba wangu mweusi kuelekea ofisini. Upande wa nyuma, bawabu alikuwa akimaliza kufunga geti. Gari langu lilikuwa kati kati ya magari mengine ya wafanyakazi wa kampuni ile. Sehemu ya kulia kulikuwa na mengine mengi. Haya yaliegeshwa sehemu mbalimbali, mengine kwa kivuli cha miti na mengine juani tu. Haya yalikuwa ya baadhi ya wafanyakazi waliochelewa kuwahi kuyachukua mengine yakiwa ya wateja wetu.

Mbele yangu lilikuwa jengo la orofa saba la rangi ya hudhurungi na weupe. Nyuma na kando ya jengo hili yalikuwa majengo mengine mawili yaliyotumika kwa shughuli mbalimbali. Mwaka wa saba huu tangu kazi hii kuimarika. Kamwe sitasahau safari ndefu niliyokuwa nimepiga kwa takribani miaka ishirini na miwili tangu kutoa katika lango la Shimo la tewa. Safari ya changamoto. Safari yenye milima na mabonde. Nilikumbuka maneno niliyopewa na marehemu mama yangu zamani kuwa maisha hayakupenda watu wavivu. Kupo kuanguka na kuteleza vile vile. La muhimu ni kule kuinuka, kujipangusa na kuendelea na safari. Kwa kweli niliyaona haya katika maisha yangu. Nilisimama kutazama madhari ya kiwanda kile. Mandhari iliyojengwa taratibu kwa miaka saba.

Kiwanda kilichoanza taratibu na kukua hadi kutambulika nchini na ujiranini. Ofisi ilikuwa shwari. Panka ilikuwa ikipiga upepo kwa taratibu. Mapazia ya ofisi yalikuwa yamefunguliwa wazi na kuacha mwangaza wa kuvutia ndani ya ofisi hii ya haiba. Ukutani picha mbili za wakurugenzi wa viwanda vya kufua vyuma vya Ujerumani na Ujapani zilitulia. Pembeni karibu na ukuta, si mbali sana na meza yangu ilipokuwa, kabati ya chuma iliketi, nzuri ya rangi ya majivu. Juu yake kulikuwa na vinyago viwili vilivyotofautiana kwa ukubwa na umbo. Makombe matatu yaliyokuwa tuzo za kampuni yalitulia tuli. Haya tuliyapata kwa kuwa kampuni bora kwa utendakazi na ubora wa bidhaa zake. Nilivua koti na kulipachika juu ya kiti karibu na meza.

Mwilini nilibaki na shati la samawati lililofungwa shingoni kwa tai nyeusi huku chini ikiwa longi nyeusi ya lasi iliyofungwa kiunoni kwa mkanda mweusi vile vile. Niliketi juu ya kiti kilichokuwa nyuma ya kimeza kile nikaanza kupekua faili zilizokuwa juu ya meza. Nyaraka mbalimbali zilihitaji kuangaliwa na kutiwa sahihi. Kisha ilikuwa hii ya kampuni ya Nawaal motors. Hawa walitaka magari mapya ya Benz. Kwa muda sasa, oda yao sijaiangalia kwa vile hawajatoa pesa yoyote. Pia kuna ile kampuni ya mjini iliyokuwa imeagiza magari ya usafiri. Nilipaswa kuishughulikia hii mwanzo. Baada ya kuiangalia na kuimaliza, nilibonyeza kidude juu ya meza. Dakika moja baadaye karani aliingia kwa hali ile ile ya kawaida. Huyu Farida, haachi vitimbi vyake.

Mshahara analipwa, mnono tu. Anachoomba kwa kampuni anapata. Juzi tu alitaka gari, ikaidhinishwa na bodi, kapewa juzi tu. Ana mume na watoto wanne, wote mabinti. Mume wake ni mwalimu wa sekondari lakini cha kushangaza bado alijiremba kupindukia, akatembea kwa mwendo wa bata na kurembua macho pindi tu anionapo. Nilitabasamu na kupuuza.

"Tafadhali Farida, pigia Komeni aandae ukumbi, wageni watafika sasa hivi tu."

"Sawa bosi ila..."

"Fanya nilivyokuagiza kwanza mengine baadaye!" Nilimaliza na kufunga ile faili nikachukua nyingine. Niliitazama na kisha kutia sahihi kurasa mbalimbali na kuitupa ndani ya kikasha cha Out!

Nilitazama saa ya pale ukutani. Ilikuwa saa nne na robo. Mkutano ungeanza saa nne ushei. Kampuni ya Hyundai kutoka Ujapani ilikuwa imewatuma baadhi ya wakurugenzi wake kufanya mkataba fulani na kampuni ya Batu Enterprises. Hazina ya vyuma ilikuwa imepungua hivyo magari yangekuwa machache kwa kampuni zilizohitaji. Kwa vile Hyundai ilikuwa na uwezo wa kuwasilisha vipuli na malighafi tuliyohitaji nchini kwa gharama nafuu, basi hatukuwa na budi ila kutia saini mkataba nao.

Wakurugenzi wa kampuni walifika ofisini na muda mchache baadaye wageni walifika na tukawapokea na kuelekea ambapo tulipaswa kufanya mkutano. Kwenye kikao kile, wageni walitoa ujumbe wa mkurugenzi mkuu kwa kuahidi ushirikiano mkubwa na Batu Enterprises. Tulikuwa tayari kupokea zabuni kutoka kwa yeyote aliyehitaji huduma zetu. Tuliafikiana mambo mengi na kutia sahihi stakabadhi anuai kabla ya kumaliza mkutano. Ilikuwa yapata saa nane tulipotoka. Nilikuwa nimechoka kwa hivyo nilipita ofisini nikachukua koti langu tu na kutoka. Nilimpitia sekretari ofisini na kumwagiza kuwapasha wahariri wa gazeti kuhusu kuitangaza tena ile nafasi ya kazi. Baada ya haya nilitoka kuelekea nyumbani. xxxxxxxxxxxxx

Jana. Leo pia siku nyingine. Siku zinasonga zikialika uzee. Niko ofisini tu kama kawaida. Sekretari ameniagizia chai kama nilivyotaka, nainywa taratibu nikiwaza lipi la kufanya kwa kampuni hii. Mara gazeti linaletwa. Nalichukua upesi upesi na hamu yangu si kuangalia kuhusu siasa wala vyama vyake bali kudhibitisha kuwa watu hawa wameweka lile tangazo. Barabara !

Ukurasa wa 47, kitengo cha nafasi za ajira. Nilimaliza kunywa chai kisha nikaanza kumtazama huyu mtu aliyekuwa ukurasa wa kwanza wa gazeti. Sura ambayo sikutamani kuiona kamwe. Shetani ambaye sikupenda hata kumfikiria! Ona anavyozidi kutamba ilhali anawanyanyasa watu kote kote. Miaka zaidi ya thelathini sasa amekuwa mbunge ila hakuna maendeleo yoyote.

Wakati ule wananchi walimtema nje lakini badala yake si aliteuliwa kama waziri bila kujali maafa ya kikabila aliyosababisha! Nikiwa katika mawazo hayo mara simu ilikiriza. Niliinua mkono wa simu na kuiweka sikioni huku nikiketi sawasawa pale kitini ili kusikiliza. Niliacha shughuli za kusoma lile gazeti, nikabaki kubembea pale kitini kidogo kutoka kushoto hadi kulia. Mara sauti ya mwanadada iliitika. Nikaketi vizuri kumsikiliza. Alitaka kuja kuniona ofisini. Sikusita ila kumwagiza anione kwa haraka ikiwezekana siku hiyo. Masaa mawili baadaye Farida alinileteа mgeni tuliyekuwa na miadi naye. Tofauti na matarajio yangu aliingia huyu msichana. Sijamtia machoni hata ila alionekana mwenye wasiwasi. Begani alijitwika mkoba mweusi kama kawaida.

Alikuwa mrefu wa kadri na wa umri wa makamo..

"Karibu. Keti tafadhali." Nilimkaribisha baada ya muda. Baada ya kutulia mazungumzo yalifuata.

"Enhe binti, umesema waitwa nani?"

"Naitwa Maria Wasika. Nina shahada ya biashara, na hivi ndivyo vyeti vyangu."

Nilipokea vyeti na kuvikagua kimoja baada ya kingine. Ulikuwa ujuzi tuliouhitaji. Mazungumzo yalifuata ya kumhoji. Alikuwa mwepesi na aliyeonyesha nia ya kujituma. Ingawa hakuwa na tajriba kama tulivyopenda, niliamini angefaa zaidi. Waliotuma maombi awali hawakufua dafu.

"Juhudi nzuri msichana. Tunahitaji mtu mwenye elimu nzuri kama wewe. Ingawa huna tajriba naamini utajifunza vizuri na haraka kwa kazi. Kwa kifupi nimeridhika na vyeti vyako na nakuahidi kazi iwapo utakubali kuitwaa."

"Niko tayari hata sasa bosi. Nimeitafuta kwa muda sasa!" Maneno yalimtoka ghafla bashasha zikiwa usoni. Kweli maisha ni mzunguko. Unaweza kuzunguka kila mahali, halafu ukakuta bahati yako ipo pale ambapo hukuitarajia. Maria aliketi pale kitini ila mawazo yalikuwa yakipiga dira ndefu na kutafakari hili na lile. Alijiona mwenye bahati sana. Kazi kaipata hata bila ya kuishughulikia kupitia kuandika barua wala kupoteza hela nyingi walivyofanya wengi. Aliwazia kuhusu wasichana wenzake waliotafuta kazi na mwisho kukata tamaa. Maisha ni mzunguko. Leo hii bahati yake imemtanulia mikono. Mawazo yalikuwa yanaelea na kupanuka kwingi kwa kuwaza atakalofanya baadaye na hapo ndipo alipogutusha na ile sauti iliyobeba maneno aliyoyazowea.

"Enhe, n'ambie makadirio ya ujira wako kwa mwezi." Lilikuwa swali nyeti kama nilivyolitarajia. Hangetaka kusema mshahara mkubwa akaonekana mwenye tamaa ama akataja mdogo. Hali kwamba nyadhfa yenyewe ilikuwa mpya, iliyoundwa hivi karibuni, alijasirika na kutamka.

"Bosi, kwa sasa siwezi kutaja kiwango maalumu cha mshahara. Ningependa kupewa kiwango kitakachoendana na majukumu ya nafasi hii na sera za kampuni."

Nilimwangalia kwa makini nisijue la kumwambia. Nilifahamu nyadhfa ile ilihitaji makini zaidi na ndiyo ingekuwa macho ya kampuni. Mauzo na mapokezi pamoja na bidhaa zilizoagizwa kutoka nje zingehusika moja kwa moja kwa mkurugenzi wa kitengo hiki cha mauzo. Sikujua kiwango cha kumlipa mtu kama huyu.

"Naelewa hilo ila ni haki yako kutaja kiwango unachodhani kinakufaa. Lakini kwa kuwa umerusha mpira kwangu basi tungependa kukuanzia na ujira wa elfu themanini iwapo utaridhia tukiangazia marupurupu mengine. Sijui utasemaje?"

Maria alibaki kimya. Yote aliyoyasikia yalikuwa kama mwangwi uliorindima. Kinywa kilikuwa wazi akasahau kujibu.

"Maria!."

"Aah pole bosi. Nashukuru, nimeridhia. Kwa utendakazi wangu ondoa shaka. Nitatekeleza kadri ya uwezo wangu."

"Vizuri. Kama nilivyokueleza tunahitaji kujaza nyadhfa hii mara moja. Tafadhali fika ofisini Jumatatu kwa maana hatungependa kupoteza muda zaidi. Nitamwambia Farida akuonyeshe ofisi yako pamoja na maandalizi mengine muhimu. Tunahitaji uwe karibu kwa lolote. " Ilikuwa habari njema kwa Maria. Sikupotezea muda ila kumwagiza Farida amwandikie barua ya uajiri na mapatano yote. Baada ya hapo tuliagana na Maria kabla ya saa kumi kufika ili kumruhusu kumwahi mdogo wake aliyekuwa shuleni. Nafsini nilikuwa na furaha kwa kujaza pengo tulililoliunda.

♦ ♦ ♦

Nilikuwa nimeabiri gari kuelekea nyumbani baada ya kukaa mjini kwa muda mrefu. Ndani ya gari nilikuwa nimepakia gunia mbili; moja ya mchele nyingine ya sukari. Niliwania kumkabidhi mama mzigo huu pindi tu nikifika na kupokelewa. Ulikuwa mwaka wangu wa tatu toka kupata kazi hapa mjini na sikupata nafasi ya kufika nyumbani. Nilijua yalikuwa makosa ila shughuli za mjini zilinikwaza nisiweze kupata mwanya isipokuwa hii likizo ya wiki moja niliyopewa. Safarini ya kurudi ilijaa changamoto hasa katika kubadili gari hili na lile, kisha joto la pwani kikawa kibarua kingine kikubwa. Nilinunua maji baridi kila kituo cha gari. Kitambaa changu nilikiloa jasho bila kukauka. Kila mara gari liliposimama kubeba au kuteremsha abiria niliona kero.

Safari ya saa kumi mfululizo haikuwa rahisi. Mwishowe nilifika nyumbani. Gari lilisimama mji uliokuwa karibu na maeneo ya nyumbani, mizigo yangu ikateremshwa nikabaki kukodi pikipiki kunibebea hadi nyumbani. Niliwarai watu wawili nao wakakataa kunipeleka pindi nilipotaja kijiji nilichotaka kwenda. Sikujua mbona walikataa ila nikahisi pengine walihofia kutopata abiria wa kurudi naye. Hii ilikuwa kawaida ya wengi. Baada ya kutafuta huku na huku mwisho nilipata mmoja aliyekubali tena kwa bei kubwa zaidi ya ilivyokuwa zamani. Tulifunga mizigo vizuri kisha tukaondoka. Nyumbani palionekana mahame. Niliondoka na kuzunguka huku na kule ili angalau kuona dalili yoyote ya mtu wa kumwuliza. Hakuwepo. Nilienda kwa jirani yetu wa zamani, hali ilikuwa ile ile.

Baadhi ya milango ilikuwa wazi na mingine ilifungwa. Kwa kuangalia tu yeyote angejua hapakuishi mtu tena pale hasa kwa namna magugu yalivyoonyesha dalili ya kumea uwanjani. Nilirudi nyumbani. Hali ilikuwa inatisha zaidi. Mizigo niliyokuja nayo na kuiweka kando ya nyumba haikuwepo. Je, mtu kaja kaiba? Hapana. Hakukuwa na dalili yoyote ya mtu wala nyayo zake mahala pale. Woga ulikuwa umeanza kuniingia hasa kwa namna giza lilikuwa lajongea kwa haraka. Kijiji kizima kiligeuka na kunyamaza tuli. Hakukuwa na sauti hata ya kereng'ende popote. Kwa vile nyumba ya wazazi ilikuwa imefungwa, niliamua kuingia nyumba tulioishi vijana wa kiume. Hii ilikuwa sehemu ya mila, kuwa wanaume waliobaleghe walipaswa kuishi kivyao, kando na wazazi.

Niliingia chumbani, chumba ambacho kilisalia kuwa vile tu nilikiacha miaka mitatu iliyopita. Mkeka mkuukuu uliokuwa juu ya samadari uliongeza vumbi tu huku shuka ikionekana kuchoka kwa amri ya wakati. Nilisimama nikazubaa huku nikivuta taswira lipi la kuanza nalo, lipi la kesho. Kwa vile usiku ulikuwa umeingia, kimya kile na hali ile niliyoiona iliniogofya kutoka tena nje. Nilihiari kulala mle hadi kesho yake, siku ambayo ningetafuta wa kuwauliza kuhusu ile hali. Kwa tafakuri yangu ya haraka, nilijua lazima kulikuwa na jambo lililowafanya wale vijana wa pikipiki kugoma kunifikisha. Mawazo yalikuwa bado yakinizonga niliposikia sauti nje. Sauti yenyewe ilikuwa ya mama.

Niliruka haraka kuuelekea mlango nikiwa na uchu mkubwa wa kuuliza kilichokuwa kikijiri. Nje kulikuwa kweupe, mchana vile. Mama alizidi kuzungumza ila sikumuona. Kwa sauti niliyoisikia, lazima alikuwa akizungumza na mtu ambaye sikuwahi kuisikia sauti yake. Nilipaza sauti kama mwehu kumwita mama. Kimya kilifuata kabla ya kuona jitu lenye umbo lisiloelezeka likinijia. Ukubwa wake ulikuwa kama mti. Macho yalikuwa mekundu na meno matatu yalionekana; makubwa kimo cha guduria vile. Sura yake ilitisha kama vile majitu ya hadithini. Nilirudi kinyumenyume kwa kutishika. Kwa jinsi nilivyopiga hatua zaidi ya ishirini nyuma, ilikuwa kama nusu ya hatua lililopiga. Nilitaka kugeuka kukimbia ndipo nikang'amua kuwa jitu lingine lilinitazama tu kwa nyuma nilipoelekea.

Kwa ule mshtuko niliokuwa nao nilijipata nimeanguka chali nikisubiri mauti yangu. Mara lilinijia wazo la bibi yangu aliyependa kutusimulia visa kama hivi. Bibi alisisitiza kwamba busara katika hatari ni kujaribu; heri kufa ukijaribu kuliko kusubiri. Niliinuka nikajipenyeza katikati ya miguu ya lile nyama lililokuwa limeelekeza mkono kunishika. Niliwahi kuchomoka ila zote zilielekea kuwa mbio za sakafuni. Mbio zangu hazikufua dafu. Kwa ghadhabu majitu yale yote yaliambua nyayo kunikimbiza huku cheche za moto zikitoka vinywani na baadhi kunichoma mgongoni. Yakawa yamenifikia. Moyoni nilikuwa nimekata tamaa. Niliziona kama mbio za sakafuni tu. Kilichosalia ni kujaribu kukimbia nikiwazia kuwa heri kufa kwa kujaribu kuliko kifo cha kusubiri.

Katika mawazo yale mara maneno ya bibi ya zamani yalinipitia.

Cha roho hugharimia, nusura yake kupata
Lishindapo kukimia, nyongo pia hukamata
Visisite kujilia, na salama kutafuta
Subira 'hingoji!

Kwa hali ile, mara ghafla miale ya nuru nyeupe ilijitokeza mbele yangu; ikaumba msichana mrembo ajabu kama malaika aliyeshuka na kutua mbele yangu. Alinikamata mkono na kuniinua. Niliona kama muujiza. Kweli pengine ulikuwa ila kwa wakati ule langu lilikuwa kushukuru. Nilijua bila shaka yule alikuwa Mwokozi wangu aliyekuja wakati nilipomwitaji. Mara sura ya msichana ilijibadili na kuwa msichana yule; yule asiyenitoka mawazoni. Alikuwa Maria. Sikuamini. Majitu yale yalisita ghafla kisha yakawa tayari kushindana na msichana yule. Kabla hayajatufikia tuliruka na Maria angani. Kadri nilivyokazana kumshika kwa nguvu ili nisianguke ndipo nilipogutuka usingizini na kupata namna nilivyoukamata mto sawasawa.

Niliamka saa tatu unusu jasho limenilovya mwili mzima. Ilikuwa ndoto ya asubuhi, ndoto ya kutisha nisiyowahi kuiota. Sikuwa mwepesi wa kuota ndoto kwa miaka mingi sasa. Ilikuwa ndoto ya kuogofya kama ile niliyoiota siku ile ya kukamatwa kwetu. Sikujua iwapo uchovu wa siku iliyotangulia ungeweza kunifikisha hapo. Nilishukuru kuwa ilikuwa ndoto tu. Nilikuwa bado mchovu, mwili wangu ulikuwa bado umechoka, lakini ilinibidi niamke. Niliinuka na kuelekea maliwatoni kujinadhifisha.

Nilikuwa nimechelewa kwenda kazini. Kiamsha kinywa kilikuwa mezani. Bila shaka mfanyikazi aliandaa zamani na kuondoka. Zubeda alikuwa mfanyakazi wa nyumbani aliyenisaidia kupika na kufanya usafi. Uamuzi wa kulala au kurudi nyumbani kwao ulikuwa hiari yake.

Hakupenda kulala isipokuwa siku moja moja ambayo alichelewa kutoka. Zubeda alikuwa mchangamfu na mcheshi kiasi cha kuifanya nyumba isiwe kimya wakati alipokuwapo. Baada ya kupata kiamsha kinywa nilishika njia kuelekea kazini. Kazi iliendelea barabara. Mwaka wa tatu huu na kazi imeimarika vyema. Tangu kumuajiri Maria na kuziba lile pengo, mengi yamefanyika na kunivutia. Mauzo yalikuwa yameongezeka, na hivyo faida ya kampuni, kazi yangu ya kila siku imepungua na zaidi ya yote, bidii yake haielezeki. Maria alikuwa mfanyakazi wa kupigiwa mfano na ambaye mwajiri yeyote hangemruhusu kuondoka kazini kwa gharama yoyote ile. Nilifika kazini saa tano hivi. Baada ya kumwamkua Farida nilielekea moja kwa moja na kubisha mlango wa Meneja wa Mauzo.

Maria alinikaribisha. Kwa wakati ule alikuwa akipekuapekua faili za kampuni mbalimbali. Mwone huyu Maria, msichana mwenye sifa inayofaa kwa mwanamke yeyote yule. Bidii ya mchwa na uadilifu kazini si jambo la kuzungumzia. Hulka njema ilinivutia kila siku. Mwaka wa tatu sasa na sina shaka naye. Kwa nafasi aliyoishika, alikuwa katika nafasi yangu pia. Sikuwa na shaka naye. Ndiye aliyekuwa macho ya kampuni naye aliiongoza vyema. Maria alikuwa amevalia suti ya samawati, shati ya kahawia. Nywele zake nyeusi ti zilikuwa zimeshikwa kwa nyuma na kibanio cha samawati vile vile. Alipendeza. Siku zimepita ila kila ninapomwangalia siku baada ya siku nilifarijika kuwa yu karibu. Zipo siku hakufika kazini nikaona kama mwaka mzima.

Miezi sasa kila nikifika kazini jambo la kwanza kuingia hapa ofisini kwake. Kwa kweli ukiniuliza hufuata nini sitokuwa na jibu. Wakati mwingine aliniuliza swali hilo nikawa na kigugumizi. Nafsi yangu ilinisuta.

"Mbona kila siku waogopa kumwambia? Je, yeye si mwanamke kama wengine?"

Upande huu mzito ulielekea kushinda. Niliangalia saa yangu ya mkononi. Ilikuwa saa sita na dakika mbili. Bado Maria alikuwa amezubaa kwa kunitazama. Au pia aliyasoma mawazo yangu? Nilidhani.

"Maria, unaonaje tukapata chakula cha mchana pamoja?" Nilijikakamua.

"Aaah saa tayari? Nimekuwa busy nadhani saa nne. Wataka kunipeleka lunch leo! Ajabu. Haya wacha nimalizie hii file naja." Anga ziliteremka. Mtihani niliodhani kuwa mgumu ulikuwa umeanza kwa maswali mepesi vile! Nilizika furaha moyoni. Sikutaka kuongeza lolote. Niliamua kuwa mvuvi baharini. Mvuvi aliyenuia kumshika papa akahiari kujitoma baharini mzima mzima.

"Haya ukimaliza nipitie, nakusubiri." Niliondoka taratibu moyoni nikihisi mshindi. Nilianza kujisuta kwa woga wangu wa wa siku nyingi. Kweli moyo wangu ulivutwa kwake ila pengine huu ndio uliokuwa wakati mwafaka.

♦ ♦ ♦

Ni miaka kumi baadaye. Sebuleni. Taa inawaka na kuangaza mwangaza wake kwa sebule hii iliyo kimya. Ukutani mwa sebule hii kunaonekana picha moja kubwa ya Simba marara na shibli watatu wanaocheza na mamaye. Kwa upande tofauti na huu, zipo picha zingine mbili ingawa ndogo kiasi. Moja ni ile ya siku ile ya kumbukumbu tukiwa ufukoni, nimevalia suti nzuri nyeusi, huku mikononi nimembeba mke wangu Maria aliyevalia joho jeupe pe, la harusi, uso wake uking'aa kwa tabasamu. Hii ya pili, tu watatu; mimi, mke wangu na mwanangu Bahati. Mbali na hapa ndipo meza ya kusomea ilipo. Maria amenishika bega kwa nyuma na kuniegemea kwa kisogo chake kilicholalia bega langu barabara.

Bahati mwanangu yuko kuumeni mwangu karibu na meza iliyo mbele yangu, ameketi juu ya stuli, macho katumbulia kitabu na kalamu iliyoko mezani. Ingawa kuna kibaridi cha mvua inayoendelea kunya nje, bado kijasho chanitiririka. Kando hapa mezani, chai niliyoletewa zamani na Maria ishakuwa baridi.

"Mume wangu, usiku ushakuwa mwingi. Umechoka, twende tukapumzike." Sauti ya Maria ndiyo inayonigutusha kutoka usingizi wa mawazo. Akraba za saa iliyotundikwa ukutani inaashiria saa tano unusu. Sina namna. Natii mwito. Natia nukta na kumruhusu mke wangu kuniongoza chumbani.

♦

MWISHO

www.ingramcontent.com/pod-product-compliance
Lightning Source LLC
LaVergne TN
LVHW100331210926
848480LV00003B/1299